கற்கவி

பொறிக்காட்சியின் கூற்று

பு.சதீஷ்வரன்

டிஸ்கவரி புக் பேலஸ்

#6, மஹாவீர் காம்ப்ளெக்ஸ், முனுசாமி சாலை,
(பாண்டிச்சேரி கெஸ்ட் ஹவுஸ் அருகில்)
கே.கே.நகர் மேற்கு, சென்னை-600 078.
பேச : 044 48557525, +91 87545 07070

கற்கவி - பொறிக்காட்சியின் கூற்று
(கவிதைகள்)
ஆசிரியர்: பு.சதீஷ்வரன்©

KARKAVI - PORIKKAATCHIYIN KOOTRU
(Poems)
Author: B.Satheeswaran©

First Edition: April - 2021
ISBN: 978-93-89857-67-2
Pages: 184

Publisher:

Discovery Book Palace (P) Ltd,
6, Mahaveer Complex, Munusamy Salai,
K.K.Nagar West, Chennai-600 078.
Ph: +91 - 44-4855 7525 Mobile: +91 87545 07070
E-mail: **discoverybookpalace@gmail.com,**
Website: **www.discoverybookpalace.com**

Rs. 160

இந்த நூலில் பிரசுரமாகியுள்ள எந்த ஒரு பகுதியையும் பதிப்பாளரின் எழுத்துபூர்வமான முன்அனுமதி பெறாமல் எடுத்தாள்வதோ, மறுபிரசுரம் செய்வதோ, மொழியாக்கம் செய்வதோ, அச்சு மற்றும் மின்னணு ஊடகங்களில் மறுபதிப்பு செய்வதோ, காப்புரிமைச் சட்டப்படி தடை செய்யப்பட்டுள்ளது. இந்த நூலிலிருந்து குறிப்பிட்ட பகுதிகளை மேற்கோள்காட்டி புத்தக விமர்சனம் செய்ய, ஊடகங்களுக்கு மட்டும் அனுமதி உண்டு.

உங்கள் மொபைல் போனிலிருந்து ஸ்கேன் செய்து 'டிஸ்கவரி புக் பேலஸ்' மொபைல் ஆப்பை டவுன்லோடு செய்து, புத்தகங்களை வாங்குங்கள்.

பொறிக்காட்சியின் கூற்று

பொறிக்காட்சி - தனியொருவர் பார்வை

யாதொரு கோட்பாடையும் தொடாது பலவித அங்கங்களைத் தொட்டணைத்து கவி பாயும். கற்பனைப் பொறிகளும், கற்பிக்கை வரிகளும் இக்கவியில் படர்ந்திருக்க, ஒவ்வொன்றையும் தனியர் அனுபவத்துடன் இணை பொருத்திட்டு அதன் முடிவோ விளக்கமோ அவரவர் பார்வையில் தெளிவுரட்டும்.

கவியின் ஜீவன்

கவிகளின் கற்பனை உள்ளவரை
கவிதையில் முடிவுரை
அமையாது

கருவில் உயிர்கள்
ஜனிக்கும் முன்னே
கவியின் வரிகள் நீண்டிடுமே

உணர்ச்சிகள் யாவும்
எவ்விதமாயினும்
வரிகளில் விழும் கணம்
விந்தையே

மனம் சொல்ல மறுத்த
ஆசைகள் எல்லாம்
உயிர்த்தெடுக்கும்
கவிதையிலே

எங்கோ பிறந்த
மையின் வரிகளும்
நம் நினைவுகள் தொடுவது
கவிகளின் தொடுதல் இலக்கணமே

வாழ்வின் தோதாய்
கற்கவி அமைந்தால்
விழிகாட்சி அனைத்தும்
அற்புதமே

ஏன் என மறுத்த நிகழ்வுகள் யாவும்
அர்த்தம் பொறிக்கும்
வரி கோர்வையிலே

அகிலம் வியந்து
பருகும் இசையும்
வடிவமாகும்
கவி வரிகளிலே

உலகம் காணா
ஞானம் கூட
முழுமை காணும்
எழுத்தினிலே

உயிர்கள் அஞ்சும்
சாதல் சமயமும்
அழகாய் திரையிடும்
கவிதைகளே.

கவிதை வடிவம்

சிதறிய செதிலாய் சமூகம் அறுக்க	- 7
அழுகையும் முழக்கமாய் தனக்குள்ளே வெடித்திட	- 12
அஸ்தியில் மறைந்த ஓர் அழலின் பதுங்களாய்	- 17
மெய்த்திரை பொழுதினில் அழல் அயவாகனன் ஆகுமோ	- 22
தீச்சுடர் தழலோ அகவையில் அகன்றிட	- 29
புகையோடு சித்தமும் தெளியச் செய்யூதே	- 50
பின்னம் அகற்றி யாண்டும் ஒளிர்ந்திட	- 74
யான் உடனே புதியதோர் விடியலை நாடியே	- 85
மானுடம் இடறியும் அர்த்தம் பிழையா	-102
மர்மமாய் ஊட்டிய புரிதல் முற்றிலும்	-108
அவிழ்த்ததும் அழகிய குமிழியாய் சிதறுதே	-123
விளங்கா நிலையென விளங்கிய நொடிதனில்	-130
மெய்யும் பொய்யும் பின்னம் இழக்க	-153
இயக்கம் ஒன்றே நிலைத்துக் கடக்க	-164
தூசில் துகளாய் போய்விடுமோ	-176

சிதறிய செதிலாய் சமூகம் அறுக்க

1

தேவைக்கென்ன திரையும் உண்டு
உனக்கென எழுதும்
சரிதத்திலே

பொய்களையே மையாய் கொண்டு
கதைக்கும் வரலாற்றில்
நீயும் ஒரு பக்கமே

ஊருக்கெல்லாம் புத்தி சொல்லும்
உன் வார்த்தைகள்
உன்னை மட்டும் புறம் தள்ளும்

நன்மை தீமை பேதம் கொன்று
நடுகோட்டில் நின்று வேதம் பேசும்
பிறவிகுணம்
அது உனக்கும் உண்டு

நீ கற்றுக்கொண்ட பாடமெல்லாம்
நாடகமாடி செலவிட்டாய்

யார் சொன்னாலும்
அனுபவம்தான் புத்திக்கு எட்டும்
அதை சில்லறையாகச் சேர்த்துக்கொள்

சுதந்திரம் பேசும் நாமெல்லாம்
சமுதாய கோலத்தில்
சிறைப்பட்டோம்

பொது சட்டம் போட்டு
பறப்போம் என்றால்
மீனுக்கு இங்கு
வானம் எங்கே

கற்பனையில் மட்டும் உண்மை தோண்டும்
புத்தி உள்ள மானிடா நீ

மண்ணை ஆள முற்பட்டாய்
மண்ணில் முடியும்
மானிடனே

மண்ணும்
உன்னை சலித்துவிடும்
காலம் போகும் போக்கினிலே

●

பு.சதீஷ்வரன்

2

சமூக எல்லைக்
கோட்டின் வெளியே
புறக்கணித்த
அருவப் புள்ளியின் மடியில்
அழியா வருணனைப் படைப்பாயோ

சல சலவென்று சல்லடை போட
சமூகம் உனை துரத்துமடா

நிறை குறைகள் எல்லாம்
கோப்பை அளவு சொல்லட்டும்
காலி சட்டி கொண்டு வந்து
மத்தளம் போட வேண்டாம்

வரம்பில் சுற்றி ஆட்டம் போட
நாம் கடிவாள குதிரை அல்ல
நம் எல்லைகள் எல்லாம்
வானம் சொல்லும்
அளவறிய வேண்டாம்

வாடிய வயிறும்
நாடிய உயிரும்
நிரந்தர பதிவு அல்ல
ஒரு நொடியில் காற்றும்
எதிர் திசை வீசும்
கற்று அறிந்து உணர்

நேரம் காலம் எதுவும் இன்றி
போர்த்தொழிலைப் பழகு
வேட்டையாட நேரம் வந்தால்
முதல் வாள்
உன் கையில் ஏந்து

பாடசாலை பாடமெல்லாம்
புத்தகப்பைக்குள்ளே
உறங்குதடா

அவமானம் திணித்த உணவு தவிர
எதுவும் செரிக்கவில்லை
தலை மடியும்போது தவறவிட்ட
முத்துமணிகள் பாரு

எந்த நிலை உயரும்போதும்
பாதம் பதியவையடா
தலையில் மகுடம் சூடும்போதும்
தன்னிலை மறவா நில்லடா

அழுகையும் முழக்கமாய்
தனக்குள்ளே வெடித்திட

3

முழுமை புரியா
முன்னுரையோடு
அறிவுரை போற்றும்
ஒவ்வொரு ஞான போதகருக்கும்

என் வாழ்க்கை என்பது
ஓட்டம் அல்ல
என் அனுபவத்தின் சேர்க்கையடா

உன் வார்த்தைகள் எல்லாம்
வேதமும் அல்ல
அது
உன் அனுபவத்தின் சாரலடா

என் பாதம் ஏறிய
முட்களை எல்லாம்
உன் பார்வை தவறவிட்டதடா

காரணமின்றி மௌனம் காக்க
நான் போதி மரத்தடியில்
இல்லையடா

என் மௌனம் பின்
ஒரு பயணம் இருக்கு
அது வெளிவரும் நேரம் தூரமடா

உன் கிறுக்கல் அதன் பிழைகளை
மறுத்தாலும்
அடுத்திரு திருத்தங்கள் எழுத
முன்வந்ததேனடா

பு.சதீஷ்வரன்

சமுதாயப் போர்வையில்
உன் பெயரும் மாலை சூட
உண்மையை தடமின்றி புதைத்தது
எவ்விடமடா

என்னுள் உறங்கும் ஆசைப் பறவைக்கு
சிறகுகள் அளிப்பது
எனை மடித்த உந்தன்
கூற்றுகளே

வாழ்வின் வேர்
அன்பு அதை மறந்து
உதிரும் இலைகளாய்
கொள்கைகள் கொண்டாய்

உன் பயணத்தில் வழி மறந்தோ
என் பயண வழி அதனை
நீ எழுத முற்பட்டாய்

அந்தமில்லா கரு அதை மறந்து
பிண்டம் அது சாய்ந்ததும்
அண்டமும் சாய்த்தாய்

உன் ஆதி அந்தம் அறியாத
பொருளற்ற உயிரே நீ
என் அர்த்தம் வரைய
தூரிகை ஏந்தி வந்ததேன்
●

4

சிற்றரசன் சித்திரிப்பில்
நிலவெல்லையில் அகிலம் தேடும்
அடியவனின்
போரியல் கலைச்சொற்கள்

நீ போட்ட சட்டத்தில்
வளைய முடியாது
நான் போட்ட சட்டங்கள்
உனக்குத் தெரியாது

தடம் தொடர
நான் மந்தை ஆடும் அல்ல
என் ஆசை பதுங்கும்
தேய்ந்து போகாது

உன் அனுபவப் பாடம்
என்ன சொன்னாலும்
தொடாத நெருப்பு
என்றும் சுடாது

உன் சுயபுராணம்
செதுக்கி வைத்தாலும்
என் கற்பனைக் கவிதை
உனக்குப் புரியாது

நீ போர்த்திய
மகுட போர்வையெல்லாம்
என் வழி வந்ததும்
அலட்டு மர்மமாகுது

உன் சரிதத்தின் முடிவில்
எனை வைத்து தொடர வேண்டாம்
எனக்கென எழுதும்
சரிதம் உண்டு

உன் வலையை அறுத்தெறிந்துவிட்டு
என் ஆசை வழியில்
பறந்து போக
அதிசயங்கள் நிகழ வேண்டாம்
சிறுபொறி கொண்ட
கோபம் போதும்

உன் எண்ணங்களின் பிம்பமான
என் திரையை பார்த்திருப்பாய்
கொஞ்ச காலம் பொறுத்து வாழு
திரை பின் இருக்கும்
உண்மை தோன்றும்

அதைக் கண்டு
மயங்குவதோ புலம்புவதோ
கலங்குவதோ கதறுவதோ
நான் தவறவிட்ட காட்சியாக
தயவுசெய்து ஆக்கிவிடு

●

அஸ்தியில் மறைந்த ஓர் அழலின் பதுங்களாய்

5

திரையென முகங்கள்
மாற்றம் கொள்ள
உலகம் பார்க்க வேஷங்களோ

அவரவர் ஒருதனி முகங்கள் இருக்க
மறை முகமூடிகள்
அணிவது ஏன்

அன்பில் ஒரு முகம்
அழுகையில் ஒரு முகம்
முகத்தோடு பாத்திர
வேடங்களோ

பசித்த யாசகன்
அன்னம் நிறைந்தால்
பேராசன் வேடம் அணியானோ

திமில் ஏறிய நாட்கள்
மன்னன் என்றிட
யாவரும் ஒரு நாள்
யாசகரே

சூழ்நிலைக் கைதி
என்று நிரப்பி
அப்பாவியின் பாவனை
பொதுவெனவே

அன்பில் சாய்வு
சினத்தில் காரணம்
தவறில் தனி நியாயம்
பொதுவில் உத்தமன்
மண்ணிடம் உடையவன்
இறையிடம் யாசகன்

இன்னும் எத்தனை வேடங்களோ

தனிமையில் மெய்யவன் புதைத்து
உலகம் பார்க்க
வேஷங்களோ

●

6

நிஜமெனப் பாடிய
காவிய சரிதம்
இதுவரை பொதுவில்
பார்த்ததுண்டா

அவரவர் வாழ்க்கையும்
தனிப்பெரும் காவியம்
அனுபவம் சேர்ந்திட
பக்கங்கள் ஏறிடும்

நின்று ரசித்த
தருணம் யாவும்
எழுதப்படும் வரிகளில்
அழுத்தம் சேர்க்கும்

இன்பமென மிதந்தாலும்
துன்பமென தவழ்ந்தாலும்
வரிகள் ஓய்ந்திட
உறங்காது

காதல் வரிகள்
படரும் பொழுதில்
சொற்கள் வர்ணம்
பூசாதோ

அன்பென மாறி
என்றும் திகழ்ந்தால்
காவியம் முழுவதும்
ஜொலிக்காதோ

உள்மனதோடு புரியும் மொழியில்
எழுதும் காவியம்
மற்றவர் படித்திட
பொருள் தருமோ

தனிமையில் ஒரு பொருள்
பொதுவில் ஒரு பொருள்

உற்றார் ஒரு பொருள்
ஒத்தன் ஒரு பொருள்

ஞானம் ஒரு பொருள்
அஞ்ஞானம் ஒரு பொருள்

முகங்கள் பல விதம்
மாற மாற
பொருளும் பல பிறை
கண்டிடுதே

செய்பவன் சலித்தப் பக்கம்கூட
மர்மம் பூட்டிக்கொண்டிடுமே

நிஜமெனப் பாடிய
காவிய சரிதம்
இதுவரை பொதுவில்
பார்த்ததுண்டா
●

பு.சதீஷ்வரன்

மெய்த்திரை பொழுதினில்
அழல் அயவாகனன் ஆகுமோ

7

மெய்யவன் புதைந்திட
நகல் உருவோடு பிரயாணமா
அகவையில் மெய்மை
கதறலாய் போரிட
அகவை மொழியெனும் சத்துடன் அமிழ்ந்து
நிகழ்ந்திடுவோமே

அகவையில் உறங்கும்
சகமனிதனின் கதறல்

என்னடா சகமனிதா
புரியவில்லையா
வாழ்க்கையின் மாயை தேடி
தீவிர வேட்டையா

அர்த்தங்கள் சுற்றும் முற்றும்
தெளிவாய் திரையிடுதே
மை தொடா எழுதும்
கவிதை என்னவோ

உள்ளே நானும்
வெளியே நீயும்
இதில் யார் எவர் பிம்பம்
கலவரமா

நான் சொல்லும் வார்த்தை
மாற்றிவிட்டாய்
நான் எண்ணிய செயலும்
மாற்றிவிட்டாய்
என் ரகசிய உண்மைகள்
மறைப்பாயா

பு.சதீஷ்வரன்

நீ பார்த்து உணர்வது
என்னிடமோ
வெளிக்காட்டும்
வேஷம் பலவிதமோ

எனை மடித்து
உன் தோள்கள் படர்வது மாலைகளா
தொட்டதும்
பசுமை மாறா மலரும்
வாடுமடா

சமூக போர்வையின் சாயலிலே
எனை வெளியிட
அச்சம் ஏனடா
சமூகம் சலித்துபோன பின்
தனிமையில்
என்னிடம் தஞ்சமோ

எனை மறைத்து பாடும் பாடலிலே
ஸ்வரங்கள் ஏழும்
தொலைகிறதே

அன்பென உதிரம் இல்லாமல்
காதல் நரம்புகள் பாயுமா
அன்பென மேகம் இல்லாமல்
மனிதம் மழையாய் பொழியுமா

உன் அன்பது என்னுள்
உறங்குது
அன்புடன் நானே வருகிறேன்

சகமனிதனே
வா ஒன்றாய் மாறலாம்
உனை முழுதாய் இயக்கும் நான்
உந்தன் உண்மையே

•

8

மெய்துணைக் கொண்டால்
யாவும் மிரள
மறைமொழியாகக் கசிந்தாயே

என் துணைக் கொண்டால்
யாவும் மிரள
காரணம் குழி கொண்டுப்
புதைத்தாயே

கவியிலும் உரையிலும்
என் புகழ் பாடி
மெய்திரைப் பொழுதினில்
மறைத்தாயே

புது படியோ
பழ வினையோ
எனைக் கொண்டு பார்க்கையில்
தெளிவுறுமோ

நடைமுறையோ
நிஜ வரியோ
என் பொருள் மாற்றிட
வழியும் உண்டோ

அழிப்பதாய் தழல் எண்ணி
பொய்த்திரை பல கொண்டு
போர்த்தினாய்

சுதந்திரம் பிழை கண்டு
பொய்களின் கொடி இங்கு
பறக்குதே

பு.சதீஷ்வரன்

பயமெண்ணியோ
துயர் இழிவெண்ணியோ
தூறலில் அமிழ்வதாய்
பதுங்கிவிட்டாய்

இக்கணம் பயமெண்ணி
மெய்மை புதைத்தோ
பொய் சுமந்து
பயணம் கொண்டாய்

வழி எங்கும் மிரட்டும் குரலில்
பயம் இசைக்கும்
பாடல் நிரம்ப

நாவை மாத்திரம்
நனைக்கும் உதகம்
தாகம் தீர நிரம்பாது

உண்மை உறங்கிட
நிகழும் யாவும்
மை தீர்ந்து தீட்டிய
வரைபடமே

இருளோடு உறங்கிய
உண்மை இன்றுடன்
தன்
வெளிக்காட்டும் திரையாய்
இருக்கட்டும்

●

9

உத்தி உளியென
நம்மைச் சிற்பிக்க
மழைத்தாரையின் புனிதமாய்
எங்கிலும் சிந்திடு

போகும் வழியில்
தெளித்துப் போக
வார்த்தைகள் தானிய மூட்டையா

சிதறிய சொற்கள்
தலைமுறை தாங்கும்
எங்கும் பொன்மணிகளாகவே
சிந்திடு

சிதைந்தவன் மலரவும்
உயர்ந்தவன் சிதறவும்
விதவிதவார்த்தைத் தூறல்
போதுமடா

மனதின்
வடிவமில்லா ஓவியங்களின் திரையிடலே
சொற்கள்

இது மனதில் எட்டியும்
புத்திக்கு எட்டாமல்
பதிலீடு போடுவது
வழக்கமா

சத்தம் இல்லாத மொழியில்
உன்னுள் பேசும்
அந்த நொடியே உண்மை
அதுவே நீயே மறுக்க முடியுமா

பு.சதீஷ்வரன்

நன்மை நன்மை நன்மை என்றே
பொய்கள் சொல்லி ஏற்ற வேண்டாம்
நிதர்சனம் காட்டி
முறிந்த எலும்பை
துகள்கள் ஆக்க வேண்டாம்

நம் வார்த்தைகள் எல்லாம்
சத்தியம் அல்ல
உள் மனம் சிந்திய
பிம்பமே

நம் சொற்களே
உளியாய் நம்மை செதுக்கும்
வளைவு நெளிவுகளில்
நேர்த்தி கண்டிடு

தீச்சுடர் தழலோ
அகவையில் அகன்றிட

10

வனங்களின் நடுவே தனித்திருந்தாலும்
சிம்மம் நடுங்கிப் பதுங்காது
தன்னை உணர்ந்த
புழுவின் பவனியில்
கர்ஜனையும் தாழும்
மிரட்டாது

தனிமையில்
இனிமை கண்டிடத் தவிர்த்தாலும்
உன்னைக் கண்டிடத் தவிர்ப்பாயோ

தனிமை குடியிரும் நேரம் போக
வேடம் ஆயிரம்
அணிந்தாயோ

தன்னைத் தவிர்த்த
யாதொரு நிலையிலும்
உத்தமராக அவதாரம்

தனக்கென எழுதும்
நீதி வரிகளில்
உத்தம சத்தியம் பொய்த்திடுமோ

அடுத்திரு உணர்ச்சி
கிளர்ப்புகள் எல்லாம்
உனைத் தாக்கிட
நீர்த்துக் கிடப்பாயோ

விதியென
எல்லை நோக்கிய
குதிரையின் ஓட்டம் செல்லாது

கணம் கணம் உன்னை
சூழ்ந்து பிறக்கும்
அதிசயம் கற்க
மறப்பாயோ

குட்டையின் நடுவே
கண்டது கடலென
சொல்வோர் யாவரும்
அறிந்தோரா

ஆழம் நீந்தும்
மீன்களை என்றும்
ஆழியின் அலைகள்
மிரட்டாது

குகையில் அடங்கும்
சிம்மம் என்றும்
வனங்களின் அரசன் ஆகாது

கண்டதும் காண்பதும்
நிதர்சனம் என்றால்
அடுத்த உண்மை
புலப்படுமோ

11

புரிந்தால் தெளிந்தவன் என்றோ
புரியா தருணம் பித்தன் என்றோ
ஊற்றின் மத்தியில் கூச்சல் கொண்டால்
ஆழியில் அடங்கும் ஆழம்
அறிவாயா

எதற்கும் இங்கு
ஓய்ந்துவிடாதே

எதிரில் எது வந்து நிற்பினும்
மலைத்துவிடாதே

எரியும் கனலாய் விழிகளை வைத்திரு
பார்வையை கடக்கும் எதுவும்
பொசுங்கட்டும்

உன்னைக் கொத்தி விளையாட
கழுகுகள் இருக்கும்
உன் செயல்களுக்கென்றும்
வானொலி இருக்கும்

முடிவுக்கு முன்
எந்த ஒரு விளக்கத்தைத் தவிர்த்திரு
முடிந்தபின் அவற்றுக்கெல்லாம்
செருப்படி கொடுத்திடு

புள்ளிக்கு என்றும்
முடிவுரை எழுதிவிடாதே
கிறுக்கலில் ஆயிரம் அர்த்தங்கள் அடங்கும்

கருவறை பிரிந்து
சுதந்திரம் காண
உலகின் கோட்பாடுகளில்
சிறைப்பட்டோம்

கறைகள் எல்லாம்
கேவலம் அல்ல
பின் மறைந்த காயத்தின்
ஆழங்கள் அறியா

நான் சொல்வதை
அழியா ஏட்டினில் எழுது

கல்லறை வரைதான்
பெயரின் எல்லை
உறங்கும் உடலுடன்
எது வந்து சேரும்

தெளிவுள்ள வரைதான்
அறிவின் எல்லை
தெளிந்தபின்
கற்றதும் அணுவின் நுண்ணே

உணர்வுள்ள வரைதான்
அன்பின் எல்லை
துறந்தபின் எதுவும்
சொல்வதற்கில்லை

நீ பார்த்ததும் பார்ப்பதும்
கேட்டதும் கேட்பதும்
கற்றதும் கற்பதும்
உன் அனுபவத்தில் அடங்கட்டும்

உலகின் சித்தாந்த வேதங்கள்
உனைப் பார்த்து
எதிர்திசை திரும்பட்டும்

நீ தொடரு
உன் பாதை பயணத்தில்

●

பு.சதீஷ்வரன்

12

வித்து மண் நித்திரை அற்பமென
பிரகடனம் செய்வோன்
மரமடர்ந்த காட்டினுள்
அதிசயம் அறிவானோ

அதனை அதன் போக்கில்
விட்டுப்பார்த்தால்
கற்பனைக்கு எட்டாத
எல்லை ஏறுமோ

மேகத்தை கிழித்துப்பார்த்தால்
ஈரம் காட்டுமா
தானாக வெடிக்கும்போது
வைரம் கொட்டும் பார்

காயங்கள் காணாத
உயிர்கள் இருக்குமா
காயங்கள் மறைந்தாலும்
பாடம் மறக்குமா

பாதைகள் கோடி சொன்னாலும்
பயணம் உன்னில்தான்
மந்தைக்கு ஓர் ஆடாக
வாழ்ந்துவிடாதே

உனையன்றி உனக்கு வேறு
ஊக்கம் வேண்டுமா
உன் அழுகைக் குரலைத் தாண்டி
முழக்கம் வேண்டுமா

மேடைகள் ஏற்றிவிடும்
கூட்டம் எதற்கு
துதிபாடும் நால்வரும்
துணைப் பிணமாய் வருவாரோ

மாலைகள் கோடி சூடி
ஆட்டம் போட்டாலும்
மாண்டபின் மாலையெல்லாம்
தரையில் சிதறிய
வர்ணங்களே

கண்காணா இடத்தில் நீ
பதுக்கி வைத்தாலும்
எப்பொருளும் உந்தன்
கணக்கில் ஏறாதே

வாழும் வரையிலும் அன்பே
இருப்பைக் கொள்ளட்டும்
இறுதியில் உனக்கென கனத்த
சில துளிகள் சிந்தட்டும்

பு.சதீஷ்வரன்

13

அரிகளின் அரியாசன போரில்
நரிகளின் வேஷம் நிலைக்காது
மெய்த்திரை கிழிக்கும்
சமயம் கண்டால்
கர்ஜனை ஒலித்தும்
பலிக்காது

நடிகனாக வேஷமிட்டு
யார் தலை சுமக்க
நாடகமோ

கனவுகளைப் புதைக்காமல்
ஒப்பனையில் மறைத்துவிட்டு
பொய்யான சிரிப்பில் ஆடும்
பொம்மலாட்டமோ

நிஜத்தில் பறக்கும்
பறவைக்கெல்லாம்
சிறகுடைத்து சிறையிலிட்டு
கனவினிலே சிறகளித்து
பறக்கவிட்டாயே

அங்கும்
பறவை பறக்கத் தொடங்கும் இடத்தில்
கனவைக் கலைத்துவிட்டாயே

உலகத்தின் பார்வை எல்லாம்
உனை நோக்கும் என்று
உன் ஆசையெல்லாம்
எழுதா பக்கம் ஆனதே

உலக சித்தாந்தம்
உனக்கெனவே படைத்ததுவோ

உனைத் தடுத்த
வேத வார்த்தைகள்
குருட்டுப் பார்வையின்
கிறுக்கலோ

தடைகள் எல்லாம்
படிகள் என்றால்
அனைத்து அடியும் படிகளாய்
வானம் ஏற்றுமே

கோர்க்கும் கைகள் எல்லாம்
பூக்கள் நீட்டுமா
முட்கள் தாங்கிய விரல்களும்
தோள்கள் கொடுக்குமே

அரசனுக்கும் வாள் வளையும்
எறும்பின் கொடுக்கும்
தசை கிழிக்கும்

எடுத்தால் மூச்சு
அடைத்தால் மரணம்
எடுப்பதும் அடைப்பதும்
உன்னிடத்தில்

உன் அன்பின் ஆழம்
எல்லை சொல்ல
வானம் பொறுப்பு ஏற்கட்டும்

உன் குருதி உஷ்ணம்
எல்லை சொல்ல
கோபம் பொறுப்பு ஏற்கட்டும்

வெறிகொண்ட மிருகமாக
கனவை நிஜத்தில்
இரத்தத்தால் வரைந்திடு

●

பு.சதீஷ்வரன்

14

உடைவாள் ஏந்திய
குருதியின் சரிவில்
அடர்ந்த வலியும்
அமிழ்ந்திடுமோ

கோடி வலிகள்
தகர்க்கும் போதும்
அசுர சிரிப்புக் காட்டிடு

எதிரியின் வாளோ
துரோகியின் ஆசையோ
எது உன்னைக் கிழிக்குமோ

விதை கிழிந்து
அதிசயம் காணும் உயிராக
உதித்திடு

அளவில்லா வளைவுகளை
நதிகள் கடந்தாலும்
அகிம்சை நொடியில்
உறைய மறக்குமோ

ஒரு நொடி புன்னகையில்
உறையாத அரக்கன் உண்டோ

கனத்த
மார்பும் மேகமும் ஊட்டிய
பாலும் நீரே யாவும்

பேசாத வார்த்தைகள்
மௌனங்கள் பேசுமோ
அமைதியை தாண்டிய
கர்ஜனை ஒலிக்குமோ

சமயங்கள் வாய்த்தால்
சிதைந்த விதையும்
ருத்ரவதாரம் படைக்குமோ

உன் பயணம் கொண்ட
கால் தடங்கள் அனைத்தும்
நீ பதித்த வழிகளே

உள்மனதில் உள்ள
ஆசைகள் எல்லாம்
சிறகுகள் பொருத்தி
பறக்காதோ

எண்ணிய விண்மீன்
ரணங்களின் சாட்சி
வலி சுமக்கும்
உன் புன்னகைக்கு
அகிலம் சொல்லுமா

நீரில் தொடங்கி
தூசாய் முடிவோம்
மண்ணும் பொன்னும்
துணை வருமா

பெண்ணில் தொடங்கி
மண்ணில் முடியும்
மனிதரின் புலமை
இயக்கமடா

இயற்கையில் அடங்கும்
ஓர் உயிர் என்றால்
ஆடும் ஆட்டத்தில்
அர்த்தம் உண்டோ

●

15

மௌலி ஆள
முழக்கம் மட்டும் போதுமா
ஆண்டை சூட
ஜென்ம படிமம் உரைப்பாரோ

உன்னை வேட்டையாட வந்தவனையே
இரையாக மாற்றடா

கண் மறைவில்
பருந்து காத்திருக்கும்
துணிந்தால் அதுவும்
உன் இரையடா

கயிறு கொண்டு
மலை இழுத்தாலும்
உயிர் துறந்தாலும்
பொதுவில் புரளிகள் தவறாதே

எல்லையில் சுருங்கிய
சுதந்திரம் எல்லாம்
சிறகுடைந்த பறவையின்
பயணங்களே

கோபம் கொண்ட
ஆயிரம் குரலும்
முனகல் சித்திரம் ஆகுதடா

மிளிர் மகுடம் கண்டு
சூட நினைத்தால்
கரு சுமந்த வலிகள் ஏற்பாயோ

●

16

இக்கணம் பதித்த
அற்புதம் தவிர்த்து
புனைவாற்ற சித்திரம் கண்டு
பயந்தவர் கோடிகளா

பயமறியா மனிதனுக்கு
எதுவும் இராஜ்ஜியமே

எதையும் தாங்கும் இதயத்திற்கு
மரணமும் படையலடா

நினைவினிலும் கனவினிலும்
பயந்தவர் கோடிகளா
நிஜம் புரியா மூடருக்கு
காலமெல்லாம் தற்கொலையா

பழி பாடும் மனிதருக்கு
உடைகள் கேடயமா
அவிழ்த்து எறி
நிர்வாண கோலமும்
மேடைகள் ஏற்றுமடா

மானுட பேதைகள்
துணையாய் வருமா
அடுத்தவன் உணவில்
உன் பசி தீருமா

உன் வினையே உன்னைச் சுற்றும்
போதகர் கொன்றுவிடு
இரை பிடுங்கும் நரிகளும் இங்கே
புலிகளின் தீனியடா

பு.சதீஷ்வரன்

உன் வலியில் பழரசம் குடிக்கும்
அற்பபிறவிகள் உண்டு
கழிவென மறந்து வாசம் விரிக்கும்
முட்டாள் கழுதைகள் தவிர்த்துவிடு

உன்னுள் கலவரம்
படைக்கும் எவரும்
உன் கல்லறை மெத்தை
கேட்பதில்லை
அகிலம் காட்டும் பாதைகள் தேடி
உன் வழி பயணம் அமைத்துவிடு

●

17

சிந்தையில் தெளியும்
அக பித்தனின்
உளறல் மொழிகள்

தனிமையும் போதையாய்
சொல்லாமலே எனை அணைக்குதே

இமை மூட எல்லாம் இருண்டால்
என் துணை என்று
எதைச் சொல்லுவேன்

நீ வாழ்வது சதுரங்கம் அல்ல
விதிகளை எல்லாம் தகர்த்தெறி

எல்லாம் முடிவது உணர்ச்சியிலே
அதைத் தெரிந்து தெளிந்து நடந்துகொள்

உணவாய் ஆனாலும்
உணர்வாய் ஆனாலும்
ருசித்த பின்னால் அளித்திடு

சொல்லாய் ஆனாலும்
பொருளாய் ஆனாலும்
அதன் பொருளை அறிந்தபின்
பகிர்ந்திடு

புயல் வேகம் செலுத்தினாலும்
இறுதிப் பயணத்தில்
கால்கள் நகராது

மரணம் என்பது
உடலோடு உறங்கும்
உயிரின் ஓட்டம் அறிந்தவர் இல்லை

என்ன செய்ய எண்ணினாலும்
இயற்கையின் விதியில் சுருக்கிடு

அதனுள் அடக்கிய
உன் ஆசைகளை எல்லாம்
செதில் செதிலாய் செதுக்கிடு

உனைத் தடுக்க
எது வந்தாலும் யார் வந்தாலும்
உன்னில் எரியும்
எரிதழலைக் கக்கிடு

●

18

அர்த்தமற்ற வரியாய் பொறிக்க
நீயும் நானும் கிறுக்கலா

கிறுக்கலாகவே
பயணம் கொண்டால்
மை உன்
உதிரமாய் இருக்கட்டும்

இருந்தும் நாமெல்லாம்
மை தொட்டபின்
எழுதப்படும் கவிதையடா

நிரப்ப ஊட்டிய
சாஸ்திரம் யாவும்
திகட்டலாக கக்கிடுதே

உன்னை சமூகம்
மாத்திரம் உயர்த்துமா
உயர் போனவர் பட்டியல்
பார்த்திடு

உற்றார் சொல்லே
வேதம் என்றால்
விழிக்காட்சியின் தேவை
இருக்காது

விழிகாட்சி ஒன்றே
நிலையாய் நின்றால்
சிந்தனை சில்லாய்
சிதறாதோ

பு.சதீஷ்வரன்

மை தீர்ந்து எழுதிய காவியமோ
கண்மூடி வரைந்த ஓவியமோ
யாதும் மங்கிய
உடைவாள் சரித்திரமே

இதுவரை என்னை
சீவிய வாளும்
இன்றுடன் என்னை செதுக்கிடுதே

இதுவரை கதறிய
முனகல் முழக்கம்
இன்றுடன் தெளிவாய்
தழலாதோ

●

19

அடுத்த அடியின் பதிவுகள் எல்லாம்
முள்ளாய் மாறி பாதம் கிழிக்க
தாகம் தேடும் உதகம் யாவும்
கானலாய் மாறி உயிரை இறுக்க
மாற்ற பதிவினில் பயத்தை முறிக்க
மாற்றமே மிரண்ட இவனின்
மாற்று

என்ன செய்யத் தோணுதோ
எதிரில் நின்று செய்யடா

பரப்பில் தூக்கி போட்டுப்பார்
கடலாக மாறுவேன்

எனை உரசிப் பார்த்தால்
அலையாக மாறுவேன்

கரை மோதவிட்டாலும்
நுரையாக மாறுவேன்

நுரை புகுந்து உடைத்தாலும்
காற்றாக மாறுவேன்

எனைத் தேட யோசித்தால்
உனக்குள்ளே ஏறுவேன்

என்ன செய்யத் தோணுதோ
கற்பனையிலே செய்யடா

●

பு.சதீஷ்வரன்

20

உறங்கும் அழலின்
கதிகோரம் கண்டால்
அசவாகனன் அஸ்தியும்
கசிவுறுமே

பனிக்காற்றிலும் ஓரமாய் எரியும்
தீப்பொறியைப் பார்த்ததுண்டா

இவன் அரவமற்று எரியும்
அடர்ந்த காட்டுத்தீயடா
நேரம் காலம் எதுவுமின்றி
உதிரம் கனலாய் எரியுதே

இவன் அழுகையும்
காவியம் சொல்லும்
இவன் கதறல் கேட்டதுண்டா

இது காட்டினுள் வாழ்கிற வாழ்க்கை
எந்நேரமும் வேட்டையடா

எலி கொண்டுவருவதை
பூனைகள் பிடுங்குமா
பூனைகள் வென்றதை
நரிகளும் விழுங்குமா

இரை தேடும் வேடனின் அம்பும்
உன் திசையும் திரும்புமடா

புயலுக்கு முன்
ஓர் அமைதி இருக்கும்
என்றும் அதை நீ மறவாதே

இந்த அமைதி எதையும் மறுக்கவில்லை
இரை வருவதற்கு பதுங்குதடா

இவன் பின்னால் நிற்க
படைகள் வேண்டாம்
இவன் நிழலே போதுமடா

உனக்கென கொள்கை வேண்டாம்
நீ போர்த்திய உண்மை வேண்டாம்
திரை பின் இருப்பதை
திரையிட துணிவுண்டா

கூட்டுக்குள்ளே இருக்கும் வரைதான்
உன் கொடியும் இங்கே பறக்குமடா

ஒவ்வொன்றாக வெளிவரும்
அந்தக் காலம் வரை பொறுத்திடு
வந்ததெல்லாம் மலராது
வெண்ணிலவின் கறைமுகமும்
வானம் எட்டிப் பார்க்குதடா

இவன் கோபம் என்ற
அழகிய உணர்ச்சியின்
பக்கங்கள் திருப்பிப் பார்த்ததுண்டா

கோபம் தழலாய்
அகவையில் அகன்றி
சித்தமும் எரிந்து தெளிந்திடுதே

●

புகையோடு
சித்தமும் தெளியச் செய்யுதே

21

ஒவ்வொரு நொடியும்
ஜனனம் பொறிக்க
அப்பிறப்பின் மடியில்
மரணம் உதிக்க

பரப்பில் கண்ட
புலமை எல்லாம்
ஆகவபூமியில் சிதைந்து அழுக
பொறிக்காட்சியின் கூற்று
கற்பித்திடுமே

ஒவ்வொரு நொடியும்
பிறப்பிக்குமெனில்
பிறப்பிடத்தில் மரணிப்பது ஏன்

வாழ்க்கை அது இங்கு
வாழத்தானடா
போனது எல்லாம் இங்கு
கரையில் தழுவிய உதகையடா

படுகையில் இருந்து கவனித்தால்
வெள்ளமும் இங்கு மறையுமடா

நாளை என்ன ஆகும் என்று
காத்திருந்து பார்த்தாலும்
அதுவும் இந்நொடியின் பிரதியடா

மூன்று வேளை பசி அடங்க
ஒரு வேளை ருசி அடங்க
பிச்சைப் பாத்திரமாய்
வயிறு வாடுதடா

பு.சதீஷ்வரன்

கட்டில் வேண்டாம்
மெத்தை வேண்டாம்
வானம் பார்த்துப்படுக்க
ஆறு அடி குடிசை போதுமடா

மதுவும் வேண்டாம்
இலையும் வேண்டாம்
நகக்கீறலில் கிறங்க வைக்கும்
பெண் போதுமடா

கற்பனைதான் தொல்லையே
என் ஆசைக்கு இல்லை எல்லையே

ஆசைகள் எல்லாம் மழையாய் தூவ
பிரமகற்ப ஆண்டுகள் பற்றாதடா

ருசி அறியா வயிற்றுக்கு
நா உதவுமெனில்
போதும் என்ற மனம் இருந்தால்
அனைத்துக் கர்மங்களுக்கும்
அதுவே நாவாய் மாறுமடா

என் மௌனம் அடக்கிய உணர்ச்சிகள் எல்லாம்
சீற்றம் கொண்டு கொதிக்குதடா

தனிமை சொன்ன
பாடங்களெல்லாம்
நூலகம் ஏற மறுக்குதடா

உன்னில் தொடங்கிய வாழ்க்கை
உன்னால் தொடர்ந்து
முடியுமடா

போர்க்களம் படர்ந்த வாழ்க்கையிலே
அரசன் என்றும் நீயடா

உறவில் உயர்ந்தவன் யாராயினும்
களத்தில் அவன் உன் சிப்பாயடா

எதையும் தலையில் ஏற்றாதே
மகுடம் உனை மட்டும் சுமக்குமடா

அரசன் உனக்கு
சிம்மாசனம் வேண்டாம்
உன் பொறிக்காட்சி போதுமடா

பு.சதீஷ்வரன்

22

பறையுதல் கைக்கொள் விளங்கா வாணாள்
அர்த்தம் பிழையினும்
உயிரோட்டம் உறையுமா

நான் வியந்த நாயகன்
கனவாக இருப்பதேனடா

நான் தவறவிட்ட
விதைகள் எல்லாம்
மரமான தடம் தெரியுமா

மழலை முத்தம் பருகும் சுகமும்
நினைவில் இருப்பதில்லையே

பேதமின்றி பொழியும்
மழையைத் தாண்டி
புனிதம் ஊட்ட முடியுமோ

காதல் பிறக்கும்
நொடியைத் தாண்டி
மாயை இருக்க முடியுமோ

நட்பு ஊட்டும்
வீரம் தாண்டி
கவசம் காட்ட முடியுமா

உதிரம் எரியும்
உஷ்ணம் தாண்டி
கனலைக் காட்ட முடியுமா
*

கனவில் வந்த நாயகனை
நிஜம் ஏற்க மறுக்குது

விதைகள் எல்லாம் மரமாகி
கனி எடுக்க மறுக்குது

கோடி முத்தம் அணைக்கும் போதும்
முதல் எச்சின் ஆழம் இல்லையே

நேரமின்றி நனையும் போதும்
ஈரம் அழுத்தவில்லையே

காதல் தந்த மோகம் பார்த்து
போதை வெறுத்துப் போகுது

நட்பு குத்தும் கத்தி எல்லாம்
நேராக மார்பில் ஏறுது

இவை அனைத்தும் தாண்டி
உதிரம் மட்டும்
அணையாமல் இன்றும் எரியுது

*

உடல் எரியும்போது
எரியும் உதிரம்
எவ்வுருவம் கொண்டு
வெடிக்குமோ

●

பு.சதீஷ்வரன்

23

புரிதல் மாற்றம் கொள்ளவே
ஆசைகள் வேறான் நாடுதே

யாரும் எழுதா விதியில் அடங்கி
தடம் மேல் தடம் வரைந்து
என்ன பயன்

கருவறை மறைத்த
ரகசியம் எல்லாம்
கலியுகம் தெளியக் காட்டிடுமா

சிறகுகளோடு
சுதந்திரம் கண்டால்
பறவையின் மீதம்
அடிமைகளா

உவகை வழிமம்
உயிராய் மாற்றும்
ஒவ்வொரு பெண்மையும்
இறைவியே

காதல் யாவும்
பெண்ணில் சுருக்கி
துகளில் உலகம் காண்பாயா

சிந்தும் துளிகள் யாவும்
உயிர்கள் விதைக்க
மழையும் வியர்வையும்
வழியன்றோ

உணரா எதுவும் வேட்கை நிரப்ப
வெற்றிட பையும் போதை பொறிக்கும்
சாகாவரமும் சலிப்பை தெளிக்க
காலம் மடியாய் விரியாதோ

எவ்வொரு தேவையும்
நிரந்தரம் அல்ல
வழிய நிரப்பினும்
தேவைகள் தேவையும் தொடராதோ

அன்பிலார் கரங்கள்
இழையாய் இணைய
சிறகுகள் கோர்த்து
பறப்போமா

மொழிகள்
இனங்கள்
மதங்கள் மறந்து
புதியதோர் உலகில் பிறப்போமா

எரிதழல் முத்தம்
காற்றோடு இணைக்க
உரமென மாற்ற
மண்ணும் தின்ன
சந்ததி விதைத்து இறப்போமா

●

பு.சதீஷ்வரன்

24

இயல்வென நடைமுறை
பழகிய மாடன்
அருநட வரம் சில கேட்பாரோ

தினம் தினம் இறந்து
புதிதாய் பிறக்க
பூவாய் மாற
வரம் கேட்டேன்

எல்லைகள் இன்றி பறந்து செல்ல
பறவையாய் மாற
வரம் கேட்டேன்

பிரிவினை மறந்து
ஒற்றுமை எழுத
மாய பேனா ஒன்றை
நான் கேட்டேன்

கருவறை பிடியில்
உயிரை இறுக்கிய சிசுவும்
உலகம் பார்க்க வரம் கேட்டேன்

மொழிகள் எல்லாம் ஒருமையாக
இசையின் வடிவில்
மொழி கேட்டேன்

நான் சொல்லாததெல்லாம்
புரிந்துகொள்ள
மரமே நண்பனாய் வரக் கேட்டேன்

யாவும் காதலை தெளிக்கவே
இனங்கள் மறந்து
இணையலாம்

வலி இல்லா மரண வாசலுக்கு
முடிவில்லை என்ற சித்தாந்தமே
எழுதுவோம்

வா
ஓடலாம்
நீந்தலாம்
பறக்கலாம்
பேரண்டம் கண்ட பரிமாணம்
யாவும் திறக்கலாம்

●

பு.சதீஷ்வரன்

25

நான் கேளா வரமான வாழ்வே
நான் கேட்கும் சில வரங்களை
பலிக்கச் செய்வாயா

கருவறை கழித்த
கர்பகால தருணங்களை
என்றும் நினைவில்
வைப்பாயா

முதற் பாலும் இதழை நனைக்க
அவள் உதிரமோ உயிரை நனைக்க
தெய்வத்தாரகை
மடி தருவாயா

இக்கணமே மடிந்தால் வரமே
என்றளவில்
பெண்ணழகை எதிரில்
வரைவாயா

தாய்மை தாண்டிய
பெண்ணின் புதிரை
விளக்கிச் சொல்வாயா

என் குருதி வெப்பம் ஏற
இரவி கோபம்
சீறுமோ
மனதின் ஈரம் சொல்ல
இறைவன் சரிவில் முந்தும்
முதல் துளி ஈரம் போதுமா

மானுயர் முற்றும்
மனிதம் கொள்ள
உயிர்கள் யாவும் அன்பில் இணைய
காரணம் ஒன்றைத் தருவாயா

போர்கள் எல்லாம்
கொள்கை மறந்து
ஒற்றுமை கீதம் பாடாதோ
படைக்கலம் யாவும்
உருவிழந்து
இறகின் சிற்றிழையாக மாறாதோ

முதற் தலைமுறை பகையும்
ஆத்ம வரமும்
தூசாய் போக
மரணமெனும் போதனை
உரைப்பாயா

26

கனவொன்று ஆசையாய் உருமாற
ஆசையின் துரத்தலோ
யாத்திரை வழி சேர

ஒளதையை மறைத்த
கனத்த மேகத்தைக் கரைக்கும்
ஓர் கதிரொளியாய்
இவ்வரிகள்

உன் ஆசை சொல்லிக் கேட்பதற்கு
யாருக்கும் நேரம் இல்லையடா

நீ கிழித்த எல்லைக் கோட்டை தேடி
நீயே ஓட்டம் பிடித்தாயடா

யாருக்கு இந்த முகமூடி ஆட்டம்
முன் பின் நிற்பது
நீயடா

ஓவியனுக்கு உயிர் இல்லையெனில்
ஓவியம் என்றும் சுவைக்காது

காலம்
நேரம்
சமயம்
தருணம்
நின்று ரசித்தால் ஓடாது

மாயை கண்ட கனவைத் துரத்தி
தரையில் நீச்சல் போட்டாயடா

நரிகள் வாழும் கூட்டுக்குள்ளே
தவளைச் சத்தம் வேண்டாமடா

தவளை துறந்து
நரியாய் மாறு
வெறிகொண்ட புலிகள் பாயுமடா

எல்லை தேடி ஓட்டம் பிடித்தால்
நீ அறியா ஒன்று துரத்துமடா

நீ வந்த பாதை நின்று பார்த்தால்
தடமில்லா வழியே மீதமடா

லாபம் நஷ்டம் எதுவும் இல்லை
ஆசை துறந்து வாழடா
நீ வாழ்ந்ததற்கும்
வாழ்வதற்கும்
குறியீடுகள் இல்லையடா

நீ சொல்லி நீ கேளாததே
கோடி விஷயம் இருக்கும் போது
நான் சொல்லும் யோசனை எல்லாம்
குப்பைக்குள்ளே போகுமடா

முடிவு ஒன்று வரும் போது
சட்டம் திட்டம் செல்லாது
நேரம் அது முடியும் போது
பாடம் எதுவும் புரியாது

மரணம் தாண்டி யோசிக்க
புத்திக்கு இன்னும் எட்டலடா
முடியும் போது முடியட்டும்
அதுவரை ஆட்டம் போடடா

●

பு.சதீஷ்வரன்

27

படைப்பாக்கல் அத்தனையும்
நிலையென்ற பொருள்
கண்டதில்லை
இந்நொடி சிந்திய
சமயம் மாத்திரம்
நிலைத்திடவே

பயணம் எளிதென
அமையா பொழுதிலும்
பயமுறு கணத்தில்
மெய்மை வெடித்திட
கணம் கணம் வரமென
வாழ்ந்திடுவோமே

எப்படைப்பும் உனக்கான வரம் அல்ல
கற்பனையில் கிறங்கேறி சாகாதே

உன் உச்ச தவமும்
புன்னகையில் அடங்குமே
உயிர் கிழிந்து போயினும்
கேலியாய் நகைத்திடு

தனிமையும் இரவும்
துணையாய் இருக்கையில்
காதல் போதையும் மங்குதடா

நீ கண்ட உன் முழு முகத்தில்
பொதுவில் காட்சி நீக்கம் ஏனடா

ஆலயம் தேவை இல்லை
மழலை மனமே போதுமடா
பொன் பொருளும் சலித்தபின்
வாழ்க்கை புரியுமடா

நீ தாங்கிய ரணங்கள் எல்லாம்
நொடியில் மறந்து போகுமடா
எரியும் நதியில் விழுந்தாலும்
நீச்சல் போட்டுப் பழகடா

அமைதி தூக்காத
புரட்சிகளும் இல்லையடா
ஆயிரம் கால்கள்
மார் மிதித்தாலும்
புதைந்ததும் எழுந்தோடடா

மக்களும் மாக்களும்
தேவை வரைதான்
பிடியை கையில் வைத்திரு

நிலையென்று எதுவும் இல்லை
மூச்சுள்ளவரை
கணம் கணம் வாழ்ந்திடுவோமே

●

பு.சதீஷ்வரன்

28

பாமர படிமம் ஐயம் எழுப்பிட

திரை மாறும் காட்சிகளை
கனவுகள் மறைப்பது ஏன்

வயதேறும் நாட்களினை
காலங்கள் மறைப்பது ஏன்

விதியெனவே வாழ்ந்திருந்தால்
விடியலின் வருகையும் ஏன்

தனிமை சுமந்த பஞ்சம் தாண்டி
வறுமை உலகில் நிரம்பிடுமா

உறவின் வெறுமை தாண்டிய
இருளை
உலகம் ஒரு நாள் சுவைத்திடுமா

நிறைகள் காணா மனிதனை
குறைகள் வலிக்கச் செய்திடுமா
யாவும் குறையென
வாழும் மனிதரோ
நிறை நாடி குறையுடன் போவாரோ

சமமென உலாவும் பரப்பினிலே
உச்சம் தொட்டு என்ன பயன்
கோட்டையின் கடைசி கல்லின் அருகே
குடிசையின் வாசமும் வீசுதடா

பெயரை நிரப்பும் பட்டம் எல்லாம்
ஓட்டை குப்பைத்தொட்டியடா
துயரம் துடைக்கா
கல்விகள் எல்லாம்
குப்பையில் ஏறும் புதையலடா

சந்ததி பாடும் தலைமுறை எல்லாம்
மரபுகள் தவிர்ப்பது நிதர்சனமே
உந்தன் மகுடம் சுமப்பார் என்றால்
உயிராய் பிறந்து என்ன பயன்

கர்பப்பெட்டியில் சிசுவாகி
கல்லறையில் உறங்கும் கருவுயிரோ
முதலும் முடிவும் உறக்கத்திலே

இடையிலும் கண்மூடிப் போராட்டம்
ஏன்

29

காலம் உறைய பிம்பம் பிரதிக்க
நொடிகள் ஓய்வதில்லை
வனங்களின் அரசன்
காட்டை மறுத்தால்
முழக்கம் அலைக்காது

மானுடப் பிறவிதன்
வரம் தன்னை மறுத்து
நிறையினில் நிறை நாடி
மெலிந்து மறைவாரோ

நிறை தேடும் மனிதா
உன் மந்த நிலைக்கு
குறை தேடும் மனிதா

நீ உறங்கும் நேரம்
எவனோ ஒருவன்
வாழ்க்கைக்காக எதையும் தருவான்

நீ உண்ணும் உணவு செரிக்கவில்லை
மண்ணை அள்ளித் தின்பவன் உண்டு

நீ படைத்ததுபோல
சொட்டு சொட்டாய் வீணடித்தாய்
எட்டு மைல் நடந்தும்
எட்டாமல் ஆத்மவதம்
கொண்டவர் உண்டு

தாய்ப்பாலும்
முதல் உணவாய் பெறாதவரும் உண்டு
சொல்மிக்க மந்திரங்கள்
கேளாதவரும் உண்டு

வண்ணங்கள் ஏழு பார்க்காதவரும்
உண்டு
ஸ்வரங்கள் ஏழு கேளாதவரும்
உண்டு

வட்டத்தில் உன்னையே
சுருக்கி விடாதே
உன் எல்லையை வானமே
முடிவு செய்யட்டும்

சராசரி என்றெண்ணி
உன் சமயத்தை விட்டுவிடாதே
குறை என்று உன்னையும்
தாழ்த்தி விடாதே

உன்னிடம் இருப்பதை
ரசித்தால்
காலம் பற்றாதே

30

காடுகள் ஆக்கிய
ஆதி விதையும்
படைப்பான் யான் என நெடுமொழி பாடாது

திகைப்பின் சிகரத்தில்
இயக்கம் வியந்திட
சமஸ்தம் இயல்பென
நிகழ்ந்திடுதே

போராடி வென்ற கோப்பை
காட்சிப் பொருள்தான்
பெயருக்கு பட்டம் எல்லாம்
கூடுதல் எழுத்துதான்

வெற்றிக்கு எல்லைக்கோடு
போட்டு வைத்தாலும்
கோட்டுக்குப் பின்னால் ஒரு
ஓட்டம் உண்டடா

லட்சங்களைத் தட்டிவிட்டு
கறை இல்லாமல் ஏறினாலும்
பாலுக்கும் கள்ளுக்கும்
பின்னம் உண்டடா

இனமொழி மதம் என்று
பிரித்து வைத்தாலும்
உதிரத்தின் ஓட்டம் என்றும்
ஒருவழிப் பாதைதான்

பொறிக்காட்சியின் கூற்று

சாதியின் பெயரைச் சொல்லி
ஒதுக்கி வைத்தாலும்
சட்டைக்குப் பின்னால் வெறும்
எலும்பும் சதையும்தான்

நூறு எண்ணூறு ஆண்டுகள்
வாழும் மரமெல்லாம்
காற்றைத் தவிர ஏதும்
அறிவுரை சொல்லுதா

கிளை விழுந்தால்
வானம் பார்க்கும்
ஆறு அடிக்கு மட்டும்
சொந்தக்காரனா

இயற்கையோடு
ஒத்து வாழப் பாரடா
அன்னையின் மடி கனக்க வைக்காதே

நீயே உனக்கு
சொந்தம் இல்லையே
வாடகைப் பிள்ளை உனக்கு
நிரந்தர உறவும் இல்லையே

உறங்கி எழும்பும் போது
புதிய உலகமே
பாறைகளிடையே துகளானாலும்
வனங்களின் இடையே
புல்லானாலும்
அன்பெனும் தூறல்
தூவாயோ

31

உன் வாழ்வின் வரமென
நீயே உதிக்கையில்
ஒளிர்த்திட விண்மீன் தேவையா
மலர்வாசமாய் நீயே
புவியெல்லாம் படர்ந்திட
தோட்டத்தின் சிறையிலே
அடைவதா

நீ பார்த்திடா விண்மீன்கள்
கோபம் கொள்ளுமா
உனை ரசிக்க மறந்த
உயிரை நாடி அழுவதா

இந்த நொடியையே வாழ்ந்திட
சோதனைகள் வாய்க்குமோ
போகும் போக்கில்
ரசித்து வாழப் பழகிடு

அவனவன் நேரமும்
பாக்கி வைத்து போகையில்
உனக்கென நேரம் ஊட்டும்
உயிரையே ரசித்து வாழப் பழகிடு

கருவறை பார்த்த எந்த உயிரும்
பயந்ததில்லையே
இரவுக்கும் விடுதலை
விடியலே தந்திடும்
இருள் காதல் யாருக்குக் கேட்குமோ

நீ உறங்கும் நேரத்தில்
பயணங்கள் உறையாதே
கலக்கம் வந்தாலும்
தெளியும் மறவாதே

பாடல் முன் பின்
மௌனங்களே மிஞ்சும்
இடையில் சங்கீத ராகங்கள்
பாடுவோம்

இருவர் கலந்தாலும்
ஒரு உயிராய் வந்தோம்
ஊர்கள் உறவானாலும்
தனி மரமாய்தான் போவோம்

அழுகை சிரிப்பு
கலந்தேதான் நாம் வந்தோம்
எப்பாடு வாழ்ந்தாலும்
சிரிப்போடு நாம் மடிவோம்

●

பின்னம் அகற்றி
யாண்டும் ஒளிர்ந்திட

32

பிரதியின் காட்சி
அடர்ந்ததாய் எண்ணி
சத்திய சமயம்
பொய்த்திடுமோ

வாளை பின்புறம்
ஏந்திய வீரன்
போர்க்களம் கண்டு
அழுவது ஏன்

யாவரும் தனக்கென
எழுதிய விதியெல்லாம்
உலகநியதி ஏற்க
மறுக்குது

உலகம் பயிலும்
வழக்கம் யாவும்
பொதுவில் மட்டும்
ஏறுது

கடலில் முத்து குளிக்கும்
மாந்தர்
மந்தை ஆடுகளாக
மேய்ந்தாரே

உலகம் பழக
மொழிகள் எல்லாம்
பற்றென உரிமை பாடுகிறோம்

நாமே வரைந்த வரி
எல்லை மீறி
பிரிவினை போர்க்களம்
பயில்கின்றோம்

இறையோன் யாது
அறியான் மானுடம்
மதங்களின் பிம்பம்
தெளிவற்று திரியுது

நமை இயக்கும் யாவும்
புனிதமாய் ஊட்ட
நாமே குழப்பி
அழுகின்றோம்

தெளியுற கண்டால்
யாவும் திரையிட
மேற்பரப்பில் மையம்
தேடி குழம்புது

●

33

விண்தூவும் துளிகளில்
பின்னம் ஒளிந்ததில்லையே

விதையென பற்பல
நஞ்சுகள் வளர்த்தியே
கற்பனை வரம்பென
பிரிவினை படைத்திட்டோம்

நீ மதத்தால் இனத்தால்
பிரித்தோர் உதிரமும் சேதுதான்
சிந்திய துளிகள் எல்லாம்
வலிகளே

பெரியதோர் சிறியதோர்
பிரிவினை தேவையா
கொள்கையில் ஒற்றுமை
பாடுவோம்

மதங்களின் வரிகளும்
சமம் என எழுதுதே
சாதி கொண்டு வந்த
அர்த்தம்தான் என்னவோ

சுதந்திரம் காண நாம்
ஆடவர் பறக்கவே
சிறகுகள் கோர்ப்பது
பெண்மையே

முறுக்கெல்லாம் மீசையில்
மட்டுமே இருக்கட்டும்
சுழியெல்லாம் கன்னியின்
நெற்றிப்புள்ளியில் அடங்கட்டும்

இனங்களின் கூடுகள்
அமைதியை நாடவே
பிரிந்த எல்லைகள்
பிணைந்து நாம் வாழுவோம்

புல்லும் புழுவும்
எவ்வுரு கொண்ட உயிரும்
புன்னகை மாலை சூடட்டுமே

இனிவரும் பிஞ்சுகள்
நஞ்சுகள் இன்றியே
பிரிவினை துறந்து
மனிதமே கொள்ளட்டும்

●

34

பல மொழி பல நிறம் பல மதம்
என்று
பல வித பிரிவினை படைத்தும்
ஒற்றுமை மறந்து
தனதென பெரிதென
வலுவென அழகென
வேற்றுமை களம் கொண்டு
கலவரம் திகழ

உதிரம் வழிந்திட
உடல்கள் மடிந்திட
மழலையும் முதுமையும்
ஒன்றாய் அழுகுதே

நமக்கென வேர்களும் ஒன்று
நமக்கென பூமியும் ஒன்று

தாகத்திற்கு நீரே நியதி
இங்கு அமைதிக்கு
அகிம்சை மறந்து
வன்முறை பயில்கிறோம்

கண்முன் திரைகளைக்
கிழித்தெறி
பிரிவினை தவிர்ப்போமே

நாடென பிரிந்தே வாழ்கிறோம்

மொழிகளின் இலக்கணம் மறக்கிறோம்

நாம் ஒரு மர இலைகள்
என்பதை மறந்து
நமக்கென காடுகள் பிரித்தோம்

சில கால நிலங்களால் பிரிந்தோம்

நிலம் கொண்ட நீரால் பிரிந்தோம்

உடல் கொண்ட நிறங்களால் பிரிந்தோம்

இதழ் கொண்ட மொழிகளால் பிரிந்தோம்

இறை பிம்ப மதங்களால் பிரிந்தோம்

பிரிந்தாலும்
இணைந்தே வாழ்வோம்
எங்கு பறந்தாலும்
இறகுகள் இணைந்தே பறப்போம்

●

35

விதைகள் வேற்றுமை மறந்து
முளைக்காவிடில்
இன்றினும் வனங்கள்
அழகென பகண்டு விரியாதோ

ஒன்றாக வாழ
கை கூடுவோம் வா
பேதங்கள் மறந்து
ஓர் இனமாவோம் வா

உனக்கென யாவும்
இருந்திருந்தால்
உனை நிரப்பும் மொத்தமும்
வழியாதோ

யாரோ விதைத்த
தாவரமே
உனை இயக்கும்
சுவாசமாய் மாறுமோ

இரை அது உதிரத்தில்
திறன் ஆக
எவன் வியர்வை
மண்ணை நனைக்குமோ

உனக்கென உயிர்களும்
உறவானால்
அதைத் தாண்டிய
வரங்கள் இருக்குமோ

அன்பதை மறந்து
பயணித்தால்
இறுதியில் எட்டுக் கால்கள்
தோள்கள் நீட்டாதோ

மதங்கள் மறந்து
இணைந்தாலே
ஒடுங்கிய குரல்கள் யாவும்
இசைக்காதோ

இனங்கள் தகர்த்தி
சேர்ந்தாலே
மறைந்த வர்ணங்கள்
வானம் பூசாதோ

யாவரும் வேற்றுமை
மறந்தாலே
எங்கும்
அமைதிப் பூக்கள் மலராதோ

●

36

மண்ணில் விழுந்து
விழும் மண்ணை தின்று
மண்ணே தின்ன
மண்ணின்
அற்பமாய் மடிந்தாயே

பிறந்தது ஒரு மண்ணு
வளர்ந்தது ஒரு மண்ணு
வாழ்ந்தது ஒரு மண்ணு
மடிந்ததும் ஒரு மண்ணா
மண்ணோடு போச்சு

படிந்த நம் கால்களும்
நிறம் மாறி போனாலும்
சுமந்த நல்மண்ணோட
சுமை சற்றும்
கூடியா போச்சு

எல்லைகள் பிரித்தெண்ணி
கூடுகள் பிரித்தாளும்
உரிமையின் பெயர் சொல்லி
நாடுகள் இட்டாலும்

பரவும்
புழுதிமண்
புனிதம் மாறாது

அனுதினமும் நிறைவாழ
சுதந்திரம் கொண்டாலும்
உடைமையின் பெயர் சொல்லி
பொருள் மாண்டதாச்சு

துகளாக ஒருசேர்ந்து
நிலம்தன்னை
வரைந்திட

பரந்த உன் மடியினில்
ஆழிகள் சுமந்திட

வாழ்ந்ததன் பின்னாலும்
யாதும் புதைத்து
நீ வளர்த்திட

எமை ஆண்ட
உன் புகழும்
என் வரியில் அடங்குமோ

●

யான் உடனே
புதியதோர் விடியலை நாடியே

37

இயல் பல போர்வையில்
முடிவிலி முனைந்திட
எல்லையை தகர்த்திட்டு
துறக்கத்தில் திகைப்பாயோ

காற்றும் அலையும் கூடி
மொழிகள் பேசுமா

மொழிகள் ஆயிரம் இருந்தும்
பேசாமல் இருப்பதேன்
*
வானும் மண்ணும்
பிரிந்த
தூரம் அளக்குமா

இடைவெளிகள் கரைந்தும்
கை கோர்க்க மறுப்பதேன்
*
காடென வளர்ந்த
மரங்கள்
எல்லை பிரிக்குமா

ஒரு மர கிளை
என இருந்தும்
தீவுகள் அமைப்பதேன்
*
கூடாய் பறக்கும்
பறவை
பாதை பகுக்குமா

கூடாய் வாழ்ந்த பிறகும்
திசைகள் பறப்பதேன்
*

அன்பைச் சொல்லும் இவற்றுக்கு
புன்னகை மொழிதான்
என்னவோ

உயிரை கவரும்
சிரிப்பைத் தெளிக்க மறுப்பதேன்
*
கனியின் விதையை
காடாய் மாற்றும்
பறவை
மந்திரம் சொல்லுமோ

வழிமம்
உயிராய் எடுத்த தந்திரம்
இந்த பெண்மை சொல்லுமோ
*
இயற் அன்னை
எல்லையில் அடங்கி
ஆசைகள் சுவைக்கிறோம்

ஆசைகள் வீரியம் கொண்டு
படைப்பை தகர்க்கிறாய்
*
**உமை சுற்றி
நாங்கள் இருக்க
இறைவன் தேடல் ஏன்**

**நீயும் எம்போல்
ஒரு படைப்பே
திசைகள் மறந்து பறந்திடு**
●

38

பூவாய் எண்ணம் படப்பையில்
படர
வற்றிய அமிழ்தில் வாசம்
விரிந்திட
அன்பினால் பரந்து
அகன்றிடுவோமே

சுற்றும் மொத்தம்
மௌனம் கொள்ள
மனம் ரீங்காரம் கொண்டு
இசைக்குதடா

நெரிசல்களாய் எண்ணங்களா
அதற்கென ஒரு மலைவழி பாதை
பிறக்காதோ

நிலம் தணிக்கும் மழையைப்போல
மாயை
எண்ணம் பருகிடுமோ

முகடில் ஆடும் புல்லைப்போல
இப்படைப்பு சித்தம்
தழுவிடுமோ

தூவானம் தூவும் அந்த
மின்மினி முத்தங்களை
எண்ண மேகம் கொண்டு
போர்த்திவிட்டோம்

நாணயத்தில் நாள் கழித்து
நல்லுறவை
ஏன் மறந்தோம்

காகிதம் எண்ணி எண்ணி
கருந்துளையில் பறந்த
நாட்கள் மறந்தோம்

விதையில் உறங்கும் பூவைப்போல
அன்பை போர்த்தி வைப்பது ஏன்

ஒரு நாள் பிறவி கொண்டு வந்தாலுமே
வாசம் எங்கும் வான் பறக்கும்

உன் வருகை ஒரு முறை
என்றாலுமே
விதை கிழிந்தும் விளையா
போகாதே

துணை யாவும் இன்றியே
சிகரம் ஏறிய உயிர்கள்
கண்டதுண்டா

பெண்ணால் பிறந்தோம்
மண்ணால் வளர்ந்தோம்
எதனால் மடிவோம்
இவை யார் அறிவோம்

இந்த கேள்விக்கெல்லாம்
கூற்று என்ன
விடை இருந்தால்
அதனுள் அர்த்தம் என்ன

நீர்போல
காற்றலைபோல
எரியும் தீபோல
உயிர் உள்ளவரை
எங்கும்
அன்பை இணைப்போம்
●

39

தூரமும் திசையும் கரையும்
நொடியில் விடியலா
இயறுடன் தனிமையில்
பயணம்
கடைசி வரை தொடராதோ

வா போகலாம்
தூரமும் திசையும் மறந்து
இமை திறக்கும் நொடியில்
புதிய விடியல் காணலாம்

நாடோடியாய்
ஓடிய கால்களும்
இந்த நொடியை நின்று ரசிக்குதே

ஆதவன் எரிக்கவும்
மலை காற்று
கொஞ்சம் அணைக்கவும்
இடையில் மிதக்கும்
சிறகானேன்

நான் போவதே
மெல்லிசையின் பயணம் ஆகுதே
உயிரெல்லாம் பாடவே
காற்றும் நீரும்
இசை அமைக்குதே

போகின்ற பாதையில்
யார் தடம் தெரியுதோ
ஒவ்வொரு அடியிலும்
பிறக்கிறேன்

பிராணியின் பசியையும்
இயற்கை அன்னை தீர்க்கையில்
இந்த வயிற்றின் கூச்சல் அடங்குதே

இரவிலே அந்த நிலவிலே
கறை வழி
தினம் தினம் புது ஓவியம்

உறக்கத்தில் என்னை அணைக்கவே
இந்த புல்வெளி போதுமே

விடியலில் கொஞ்சும் கூவலாய்
குயிலிசை போதுமே

இந்த மென்மையான பயணம்
இறுதி வரை தொடருமே
ஓய்வுகொள்ள நேரம் வேண்டுமோ

●

40

தேசாந்திரியின் முதல் தேடல்

வா நண்பனே
பறக்கலாம் காடுகள் தாண்டியே
போகும் திசையெல்லாம்
நண்பர்கள் சேர்க்கலாம்

மரங்களின் மொழிகளும்
தொட்டதும் புரியுதே
உதிரும் இலைகளில்
முத்தங்கள் தருதடா

இரவிலும் வண்டுகள்
அழைப்பை நாடி போகவா
செல்லும் வழியெல்லாம்
உறங்கா குயிலுக்கு
வருகை பதிக்கவா

மூச்சின் வரைதான்
உரையின் போர்வை
உறவும் உரையுடன் சேருதே

எண்ணங்கள் இணையும்
அந்த நூலைக் கண்டுபிடிக்கவா
இயறின் முதற் படைப்புடன்
பேசினேன்

நதிகளும் தடங்களை
அழிக்குதே
நதியுடன் கடலை தேடி போகவா

நான் கொண்ட மொத்தமும்
தாய்ப்பாலைப் போலவே
கோடி துளியிலும்
புனிதமாய் ஊட்டுதே

காதலின் அர்த்தமும்
பெண்ணில் இல்லை என்பதை
இயறின் அணைப்பில் அறிகிறேன்

விடியல் நாடி
பயணம் போக
மடியும் நொடியில்
எந்த கதவு திறக்குமோ

●

41

புதியதோர் பயணம்

நான் பார்த்திடா
வரங்களை தந்திடுமோ
இந்தப் புதியதோர் பயணம்

மென்சிரிப்பின் பின்னால்
திறக்கா உலகம் இருக்கு
வா புன்னகை மொழியிலே
பேசலாம்

நீந்தலாம் நதியும் கடலும் தாண்டியே
தடம்பதியா திசையிலே
புகுமிடம் காணலாம்

மதில்களும் மறந்து நாம்
மரங்கள் அடியில் சேரலாம்
வழிப்போக்கனாய்
பறவையின் கூடுகளிலே
வாழலாம்

இரவில் மௌனங்கள்
இசை தூக்குமே
இடையில் ராகத்தில்
குயில் கொஞ்சுமே

நதியின் நீரோட்டம் நடனங்களே
கரையில் புகைத்தாலே
பேரின்பமே

முத்தங்கள்
மழைச்சாரல் வழி நனைக்குதே
காய்ந்தாலும் மண்வாசம்
எனை ஈர்க்குதே

காய்ந்த இலை
எண்ணும் வேளையில்
காசோலை தேவையா
புகை மணக்கும் நேரத்தில்
பெண் தழுவல் தேவையா

இந்த நொடி மறந்து
வரம் ஒன்று இருந்தால்
இந்தக் காட்டில் மரமாகி
நான் போகிறேன்

●

42

தனிமையே
உருவில்லா உடன்பிறப்பே
ஏகாந்த இரகசியம்
அருள்புரிவாயோ

உருவில்லா உடன்பிறப்பே
வரும் அறிகுறி
சொல்வாயோ

உன் பெயரும் தெரியாதே
புரியும் மொழியில்
கதைப்பாயா

உன் சைகை புரிந்துகொள்ள
மழை நனைக்கும் முதல் துளி வரை
காத்திருப்பேனோ

கருவோடு உறங்கும் போது
அருகில் உளறல் மொழிகள்
பொழிந்தாயோ

துணை இல்லாமல் நடக்கையிலே
தூரம் மறந்து என் கை கோர்க்க
பறந்து வருகிறாய்

உன்னுடன் நடக்கும் நேரம்
கால்கள் தரை தாண்டி
மிதக்குதே

உன் மடியிலே உறங்கிய ஞாபகம்
அழுதபின் தேம்பிய
குரல்கள் தேடுதே

ஒலிக்காத இசையும்
நகராத நதியும்
சொல்லும் அர்த்தங்கள் நீயோ

கிறுக்கலாக தொடரும்
இந்தப் பயணமே
உன்னுடன் தெளிய
காண்பேனோ

நாள் அடங்கும் நேரம்
அங்கும் நீயே நிறைகிறாய்

கனவில்லா உறங்கும் நேரம்
அங்கும் நீயே நிறைகிறாய்

நீயே துணையாய்
என்றும் கேட்கிறேன்

*

உன்னால் உன்னுடன்
உன்னில் மலர்ந்த நான்
என்றும் உன் துணைபிறப்பே

மொழிகள் துறந்து
தெளிவுரை தரவே
நான் உன் **தனிமையே**

முதல் ஈரம் தொடர்ந்து
இறுதி வெப்பம் நீளும்
பாலும் புகையும்
ஊட்டியது நானே

நீர்குட துயிலோ
மண்மகுட துயிலோ
என் முனகும் உளறல்
தொடருமே

சுற்றும் உனை குழப்ப
நீயே உன்னுடன் பேச
நானே மடியாய் விரிகிறேன்

இசையோ மொழியோ
நதியோ அதன் அலையோ
அடங்கும் எதுவும்
அதை உணரும் நேரம்
நானே தெரிவேன்

நாளும் பொழுதும்
கனவோ கற்பனையோ
நினைக்கும் நொடியில்
உனை அணைப்பேன்

நாமே இணையாய்
என்றும் வசிப்போம்

43

அனுதினம் இதுபோல்
பிறக்கவே
அகவையும் அழகாய்
அமைந்திடுமே

பனித்துளி விடியல் திறக்க
புல்வெளி இரவைத் தழுவ
தினம் ஒரு நாளும்
பரவசமே

தனிமையின் துணையில்
எங்கும் புது வழியே

கனவது நிஜமாய்
தினம் தினம்
எழுதே

நான் கேட்கும் கேள்விகள்
யாவும் என்னுடன்

பதிலாய் மௌனம்
ஆழம் காட்டுதே

முன்னாளின் காயம் யாவும்
தூறலாய்
இன்றென் எதிரே
அழகாய் பொழியுதே

இந்நாளின் வலிகள் யாவும்
மேகமாய்
மேலேறி நிலவின் துணையாய்
ஆகுதே

வீசும் காற்றும்
கதைகள் சொல்ல
கற்பனைக் குரலும்
பிதற்றுதே

எனைப் போர்த்திய
அடையாளம் கரையவே
மீதம் அணைப்பு
அதிசயமே

மேகம் மேல் ஏறி
குன்றின் முனையில்
காணும் காட்சிகள் யாவும்
எனக்கெனவே படைத்ததுபோல
ஜீவன் முழுமை கொள்ளுதே

அகவை அழகாய்
அமையவே
சூழும் கூச்சல்
இசையென மாறுதே

அனுதினம் இதுபோல்
பிறக்கவே
முடிவென்னை அழகாய்
பருகுமோ

●

மானுடம் இடறியும் அர்த்தம் பிழையா

44

எதிர்பாரா பொழுதினில் பிறந்தும்
நுரை மேல் உறங்க தயக்கமா

சுதந்திர பறவையா
கூட்டை தப்பி
சிறையில் அடைகிறோம்

என் முதுகின் கீறல் பார்த்துவிட்டு
கேலி பாடும் கூட்டமா
என் மார்பு தாங்கும் ரணங்கள்
பார்த்தால்
எந்த ஸ்வரத்தில் பாடுமோ

தலைமுறை தாங்கிய
மகுடம் எல்லாம்
தலையில் ஏந்த கட்டளையா
கதியற்று கிடந்தாலும்
அன்பன்றி ஒன்றை நாடி போவேனோ

பற்றுறுதி யாவும்
ஒடுங்கிய போதும்
கண்ணியம் தவறேல்
தத்துவமே

பஞ்சம் பாடிய
பானல்
ஈன்ற இறுதி பருக்கை
மண் உறங்கி உயிர்க்குமோ
அல்ல
பசித்த பையை நிரப்புமோ

பு.சதீஷ்வரன்

பசி ஓய
அன்னம் தாண்டி அமிர்தம் உண்டோ
ஓய்ந்தபின் அமிர்தமும்
திகட்டல் திணிப்பே

வலி மறுக்க உறங்கும் உடலோ
மெத்தை கோரி
வீம்பு பேசுமா

*

முதல் சுவை தீர்க்க
காம்பில் மழையாய்
தாரகை தீர்த்தம் போதுமே

சாகாவரம் என
தினம் தினம் பிறக்க
நேரம் அழிய பிறப்பேனோ

யாவும் துறந்தபின்
இசையாய் ஊட்ட
சிவம் என மாறிப்போவேனோ

●

45

உக்கிரமான விதையென
ஆனபோதிலும்
மண்ணை மறுத்தால்
செழிக்காது

நொடி பிறப்பில் பொறிக்கும்
விந்தை மறுத்தால்
மானுடம் இடறி
சிதறாதோ

தினம் தினம்
பிறந்திடும்
வரம் பெரும் மானுடம்
இடர்வது ஏன்

உடலுக்கு துணியென
உயிருக்கு பொய்களை
போர்த்தினோம்

நியாயம் தர்மம்
சரி எது தவறு எது
நீ சொல்வதன் காரணம்
என்னவோ

காதலை பெண்ணிலும்
தேடலை பொருளிலும்
சுருக்கினோம்

காதல் காமம்
ஆசை பரிவு
மோகம் அமர்ந்தபின்
கிளறாது

மனம் நிறைய
அன்பின் எல்லை கடக்கிறோம்
இனம் மறந்து
இணைகிறோம்

கொன்றதை தின்றதும்
கருணையும் பசியென
மாறுதே

விளைநிலம் விலைநிலம்
ஆனதும்
நிலம் தன்னை பொறுத்ததே

பொறுமையின் பொருள் என
நிலம் உன்னை தனக்குள்ளே
புதைக்குதே

ஆசைகள் கனவென
நிம்மதி நிறைவென
அலைகிறோம்

மின்னும் பொருளும்
துடிக்கும் இதயமும்
உடல் உருவிய
பின்னே பலிக்காது

நீ தூக்கிய கொள்கை
போர்த்திய உண்மை
கல்லறை புதைந்ததும்
உதவுமோ

மன்னவன் ஆயினும்
வறியவன் ஆயினும்
காலம் கடந்திட மடிகிறோம்

குரங்கினும் பயமில்லை
ஞானிதன் பயமில்லை
இடையினில் மானுடம்
குழம்பியதே

போர்த்திய உடலும்
புகுத்திய உயிரும்
இறந்தபின் புகுமிடம்
தெரியாதே

உடல் வழி
பிறவிகள் பொருத்தியே
நொடி நொடி மூச்சினில்
பிறப்பதை மறக்கிறோம்

மர்மமாய் ஊட்டிய
புரிதல் முற்றிலும்

46

விடையினில் முளைத்து
விடையினில் உதிர்ந்து
இடையினில் வியந்து கிடப்பாயோ

பதில் என பிறந்தும்
கேள்வியா
கடந்த எக்கணமும்
விந்தையா

அணு கண்ட அனுபவம்
இயக்கமா
அதன் உரு கொண்ட
உயிர்தனில் யாத்திரை

நகரா பொழுதிலும்
பச்சினம்
புவி எங்கும் உயிர் கொண்டு
பரவுதா

எத்திசை உலவும்
மானுடம்
உயிர் உறங்கிட பிணத்துடன்
பயணமா

அசையும் இலைகள்
அழகு பொழியினும்
அவை ஆழ்ந்த நிலையினில்
கண்டாயா

நகரா மேகம்
உதகம் சுமப்பினும்
அவை கலைந்து வரைந்த
ஓவியம் கண்டாயா

தத்துவம் தேடி திரிபவர்க்கு
வழிப்போக்கனின் வார்த்தையும்
வேதமா

அலாதியான பித்தனின் வாழ்வும்
பரவசம் ஊட்ட மறவாதே

●

47

பரப்பிலே பிறப்பளித்து
பொருளையும் அடி புதைத்து
நுனியிலே மேய்ந்தவர் தேர்ந்தவரா

நுனியில் மேய்ந்த
புற்களின் வேர்கள்
ஆழம் புதைந்ததை
மறப்பாயோ

வேரை அறுக்க
வாளை தொட்டால்
அவை சுமந்த கிளைகள்
மறப்பாயா

விடியல் வரைந்திடும்
மாற்ற பதிவினும்
அழகிய திருத்தம்
காண்பாயா

ஒளியும்
உறங்க செய்திடும் இருளின்
அடர்ந்த ஆழம்
அறிவாயா

காண்பதின் மொத்தத்தில்
துளி தெளித்து
ஆழியின் நடுவினில்
பிறப்பளித்தாய்

மானுடம் தொடுத்த
புலமை முழுதும்
இயறின் கடலில்
துளியெனவே

கிழிக்கும் வரையில்
வாளின் கூர்மை
மங்கிய மெத்தையின்
வரைபடமே

கிழிந்த ரணங்களின்
அனுபவ நோக்கில்
ஊசியின் நுனியும்
ஆழ்ந்திடுமே

தொட்டதெண்ணி தொடாத
வரமான பிறப்பெனினும்
தொடாதெண்ணி தொடவிருக்கும்
விடையில் வினாவும்
இறப்பெனினும்

பொருள் துறந்த இம்மையில்
இன்மையை அறிவாரோ

●

48

நிலையென நினைத்திருந்தால்
மாற்றம் ஒன்றே நிலைத்திடுமே
யாவும் மாற
நீயும் மாற நிகழ்ந்ததுவே

உன்னை அறிமுகம் செய்த தாய்மையும்
உந்தன் உறவில் எல்லை
பிரிப்பாளோ

உலகம் காட்டிய உந்தையும்
உன்னுடன் இறுதிவரையிலும்
நடப்பானோ

உனக்கென யாம் என
உறவுகள் எல்லாம்
காலம் மாறிட மாறாதோ

இலக்கணம் தவறா காதல் காவியம்
எழுதிய சதிபதி காண்பாயோ

தோள்கள் நீட்டிய தோழமை சுவர்கள்
விரிசல் அன்றி அமைந்திடுமோ

மார்பை முட்டிய புன்னகை சிரிப்பும்
இல்பொருள் என
நொடியில் அடங்கிடுமோ

கண்கள் நிரப்பிய கண்ணீர் குளமும்
காலம் கடந்திட கரைந்திடுமோ

உதகம் உதிரமாய் மாறிய பின்னே
இயக்கம் சீரென நிகழ்ந்திடுமே

காலம் ஒன்றே மாற்றம் கொண்டால்
உறையும் சித்திரம்
நிரம்பிடுமோ

காலம் மாறா
யாவும் அசைந்தால்
அங்கும் சித்திரம்
உறைந்திடுமோ

நிலையென நினைத்திருந்தால்
மாற்றம் ஒன்றே நிலைத்திடுமே
காலம் மாற
இயறும் மாற
இறையும் மாற
நீயும் மாற நிகழ்ந்ததுவே

●

49

அகிலம் முகைதிறக்க
மறுத்த விந்தையெல்லாம்
முகிலின் முதல் துளியாய்
ஒளிந்திடுமோ

பிறவாத உயிர்கள் எல்லாம்
கனவோடு கலந்திடுமோ

பேசாத மொழிகள் எல்லாம்
இசையின் ரீங்காரம் ஆகிடுமோ

புவி பாரா விழிகள் யாவும்
இரவின் அதிசய பிள்ளைகளா

ஓசை உண்ணா செவிகள் யாவும்
இசையை சுமக்கும் கருவறையோ

சித்தம் கலைந்த சித்தர் யாவரும்
உண்மையில் குழப்பம் தெளியக்
காண்பாரோ

முறிந்த கிளைகளை
கருத்தில் கொண்டு
வேர்கள் ஒருபோதும்
அழுகாதே

உதிர்ந்த இலைகளை
தேடித்தேடி
கிளைகள் துளிர்க்க
மறவாதே

பெண்மை பனியா
யாதொரு மானுடர்
புவியில் உலாவக் காண்போமா

பு.சதீஷ்வரன்

இரவை சுமக்கா
பொழுதுகள் என்றும்
விடியலின் அர்த்தம் அறியாதே

வெறும் வழிமம் என்றே
ஏற்க மறுத்தால்
சுயமாய் நாமும் பிறப்போமா

இதுவரை கண்டிடா வலியை
சுமந்தப்பின்
பெண்மை இறைவி ஆகிடுதே

இயல்பறிவு கொண்ட
ஏதொரு பிறவியும்
உண்மை தவிர்த்துக் காணாதே

விழிகள் காண்பது
மெய்ம்மை ஆனால்
விழி மறுத்த மீதமே
பெருமமடா

விதையில் உறங்கும்
ஏதொரு உயிரும்
எவ்வுருவாகும் அறியாதே

முடிவை நோக்கிய
பயணம் எதுவும்
நிறைவென தொடரச்செய்யாதே

அகிலம் கொண்ட
உயிர்கள் யாவும்
இக்கணமே நிலையென
என்றும் நிகழும் மறவாதே

●

50

இசையின் மடியில் நித்தியமாய் ஜீவிக்கும்
உறங்கும் மௌனம் அழகே

விழியோடு சித்தம் தெளிய
பார்க்கும்
காட்சிகள் அனைத்தும் அழகே

கருவறை இரவில்
நீரின் வழியே
ரீங்கார இசையாய் பேசும்
தாய்மை அழகே

முகங்கள் யாவும்
நொடியில் மலர்த்திடும்
மழலையின் புன்னகை
அழகே

ஆசைகள் துறந்து
என் கணை மார்பில் ஏந்தும்
நட்பும் அழகே

என்னோடு
என் உயிரையும் சுமக்கும்
என் இறைவியும்
அழகே

துணையாய் வரவே
என் நிழலையும் மறைத்த
இரவும் அழகே

இரவின் கலக்கம் தெளிய
ஒளியாய் ஊட்டும்
நிலவும் அழகே

ஒரு நாள் சகாப்தம் படைக்கும்
ஒவ்வொரு பறிக்கா
மலரும் அழகே

முப்பருவம் சுவைத்த
மானுட பயணம்
அழகே

முதல்போல் முடிவும்
அறிகுறி இன்றி
அமைந்தால் அழகே

●

51

படைக்கை ஏவதும்
இதுவென உளதாகுமோ
மானுடம் தேடல் துறந்து
நிலையென உளதாகுமோ
அன்பே உள்ளக உளதாயிருக்க
ஈன் உடன் இம்மையும்
நிறையாதோ

எவ்வுயிரும் இணையும்
காதல்
உருவம் கொண்டு
ஈர்க்கவில்லையே

பூமி சுமக்கும்
நீரும்
சுவை கொண்டு
பாயவில்லையே

உயிரை இயக்கும்
காற்றும்
வாசம் கொண்டு
வீசவில்லையே

இதுவரை கண்ட
நிறம் யாவும்
மாயை நிறத்தின்
உருநிழல் அல்லவோ

உலகம் வேண்டும்
கடவுளும்
நிரந்தர இருப்பிடம்
அமைத்ததில்லையே

பேரண்டம் தாங்கிய யாவும்
எவ்வெல்லை கொண்டு
ஆதி அந்தம்
வரையுமோ

இந்த இயக்கம்
சொல்லும் காரணம்
அறிந்தவர் இல்லையே

இவை எல்லாம் நாடிய
சித்தனும் புத்தனும்
போதும்

நேரம் கழித்துப் பார்த்தால்
அண்டம் கொண்ட உயிரில்
உனக்கும் இல்லை
எல்லையே

மொழிகள் மறந்து
மனதால் பேசு
புல்லும் தாய்மை பேசும்

நம் ஓட்டத்தில்
உருவம்தான் மாறுமே
மரணம் முடிவல்ல
வாசலே

இந்தப் பிறவி கண்ட
உயிரிலே
அன்பாலே இன்பம் கொள்வோம்
●

52

யாவும் விதியென
வாழ்வோர் இடையிலே
வாகாய் வாழலாம்

திசைவழி துறந்த காற்றோட்டமே
நம் மூச்சென முதலாய்
இயங்குதடா

வடிவம் துறந்த நீரோட்டமே
நம் இருப்பின் பெருமம்
கொள்ளுதடா

ஓசை துறந்த இசையோட்டமே
நாம் நிலையென இயங்க
துடிக்குதடா

அர்த்தம் துறந்த பரிமாற்றமே
காதலின் எல்லை
கடக்குதடா

காதல் அழைத்த புதிரோட்டமே
ஊடல் இரவை
நாடுதடா

ஊடல் கண்ட புதைபொருளே
உயிரென படைப்பாய்
பிறக்குதடா

படைப்பின் பரம்பொருள்
புறத்தில் உண்டோ
அகத்தை அடைந்த
மானுடரும் உண்டோ

பு.சதீஷ்வரன்

முகிலின் இடையிலே
தேங்கும் துளியென
பிறவி கொண்டு வருதே

விழும் தரையை அறியாத
முந்தும் தூறலாய்
காலம் கொண்டு போகுதே

கடலை அடைய
பாயும் நதியிலே
காற்றாய் கரைவதேனோ

ஆதி வாசலை
அடையும் பயணமாய்
முடிவு கொண்டு வருதே

இவை யாவும் விதியென
வாழ்வோர் இடையிலே
வாகாய் வாழலாம்

●

அவிழ்த்ததும் அழகிய குமிழியாய் சிதறுதே

53

என்றோ ஒருநாள்
முடியும் எதுவும்
இக்கணமே என்று
யாவும் ரசிப்போம்

சிறு கூடின் இடையிலே
குடிசை மடியிலே
வாழும் மனிதர் இருக்க

பூமி மடியென
நொடியும் விடியலாய்
வாழும் மகவாய் இருப்போம்

அசை போடும் அலைகளின் இடையே
கரையும் ஒரு பாறையென
வெகுவாகக் கரையும்
காலத்தின் இடையில்
யாம்

சிதறிய மேகமாய்
நம் ஆசைகள்
ஆலியாய் தூவுமோ

இறையோன்
கொண்ட வடிவம் எல்லாம்
விழிகள் முன்னே மின்னிடுமோ

யாதும் இல்லா
பாதையில் அலையும்
ஓர் இசையாய்
நாம் அலைந்திடவே நிகழ்வோம்

கார்மேகம் சுமக்கும்
பால்வெள்ளைத்துளியென
காதல் சுமந்து கிடப்போம்

முதற் துளியில் தணியும்
ஒரு மழலை தாகமாய்
கனவை சுமந்து நடப்போம்

பசுமை உயிர்களின்
மொழிகளும் புரியவே
சகமானுட குரல்களும்
கேளாதோ

காற்றோடு ஜனிக்கும்
ஒரு பறவைப் பயணமாய்
காலம் மறந்து பறப்போம்

இறைவன் முத்தத்தில்
நனையாத உயிர்கள் உண்டோ
மின்னல் கொடிகளைப் பார்த்திடா
விழிகள் உண்டோ

சிறகை நம்பா
யாதொரு பறவையும்
வான் பறந்து அகிலம்
கண்டதில்லை

கருவறை கடக்கா
யாதொரு உயிரும்
வாழ்வைச் சுவைத்ததில்லை

என்றோ ஒருநாள்
முடியும் எதுவும்
இக்கணமே என்று
யாவும் ரசிப்போம்

●

54

ஒரு முறையே
யாதும் ஒரு முறையே
அழகிய அனுபவம்
ஒரு முறையே

ஈன்றவள் கருவறை
பயணமோ
அவள் உதிரத்தின்
அழுத்த சுவையோ

அவள் பார்வையில்
உன் மழலை முதிர்ச்சியும்
ஒரு முறையே

அன்பின் புரிதல்
நிமிடமோ
காதலின் உச்ச
முகிலோ

ஆழ்ந்து கடப்பினும்
வனப்பின் விடியல்
முதல் ஒரு முறையே

ஒரு மன விதைவழி
உணர்வுகள்
கிளைகளாய் படருதே

இலை வழி உறவுகள்
கிளை தொட்டு
விதை மடி சேருதே

இலைகளும் கிளைகளும்
பருவம் பல கண்டாலும்
வேர் அது மண் தொட்டு
மரமாகும் ஒரு முறையே

கடந்த எக்கணமோ
நிகழும் இக்கணமோ
கற்பனையில் அக்கணமோ

புதுமை பிழையா
ஒவ்வொரு கணமும்
ஒரு முறையே

அணுவுடல் உரு கொண்டு
உயிர் அதன் பிடி கொண்டு
காலமெனும் கானல் வழி
பயணமும்
ஒரு முறையே

●

55

அன்பின் பார்வையில்
யாவும் கண்டால்
படைப்பான் ஆக்கல்
அனைத்தும் அழகே

ஒரு முறை என்றபோதும்
ஒவ்வொரு நாளும்
புதுவெனவே

தொலைந்ததை மாத்திரம்
தேடும் மனிதர்
முன்வரும் அதிசயம்
தவிர்ப்பாரோ

வான் கிழித்து ஏறும்
கழுகை என்றும்
எதிர் காற்றின் அலைகள்
தகர்க்காது

குத்தும் வலியை
காயம் என்றும்
சேர்ந்தே சுமந்து செல்லாது

சொந்தமென கொண்டதெல்லாம்
இழந்ததன் கணக்கில்
இடுவாரோ

தன்னை முழுதாய் ஊட்டும்
உயிர்கள் யாவும்
இழந்ததில் ஒரு துகள்
தெளித்திடுமோ

வானம் ஏந்திய
மேகம் கறையென
அகிலம் வியக்க
மறப்பாயோ

பூவின் பார்வையில்
முட்களும் அழகே

அன்பில் மடியும்
முரண்களுக்கெல்லாம்
கோபம் ஏந்தி போரிட்டோம்

வலியின் வழியே
அனுபவம் தேடி

பிரிவின் வழியே
தனிமை தேடி

கூச்சலின் இடையே
மௌனம் தேடி

மௌனம் மடியில்
தன்னை நாடி

உயிரின் கருவென
அன்பாய் மாறி
யாவும் கண்டால்
படைப்பான் ஆக்கல்
அனைத்தும் அழகே

●

விளங்கா நிலையென
விளங்கிய நொடிதனில்

56

விளங்கா புரிதல்

இறையிடம் ஒரு கரு
இறை பிம்பம் ஒரு கரு
இறை வடிவம் ஒரு கரு
இதன் மொத்தம் உட்கொண்ட
இறையோன் கரு எதுவோ

அறியார் ஒரு பதம்
அவை அறிவோர் ஒரு பதம்
அறிந்தோர் ஒரு பதம்
அவை அறியா ஒரு பதம்
சித்தம் விளங்கா அறிதல் தனி ரகம்

இறையும் இயக்கமும் ஒன்றென
காணக்கொண்டால்
இறையோன் தேடல் உறைந்திடுமோ
இறையோன் தேடல் நிறுத்தம் கொண்டால்
இதுவரை அறியா புரிதல் கரு
சேர்ந்திடுமோ

●

57

இது பால் கொண்டு
இயறின் பாதையில்
இறையோன் தேடி
அன்பின் காலடியில்
மடிவாரோ

உன் முழுமை புரியாத
அணுக்கள் அனைத்தும்
கணம் கணம் உன்னை
பிரித்து ருசிக்கும்

இயறா இறையா
எதற்கு எது
புனை பெயரோ

இறையே
உன் தன்மை இருப்பிடம்
அன்பல்லவோ

இயறே
உன் பண்பின் செனு அது
அன்பல்லவோ

அணு நுண்ணறிவின்
உச்சத்தில்
உன் புரிதல்
உணர்வில் மட்டும் அடங்குமோ

அன்பின் பயணம்
எவ்விடம் தொடங்கும்
உன்னுள் உள்ளதடா

அந்த பயணத்தின் முடிவு
எது யாருக்கு தெரியும்
கண்டவர் சொல்வதற்கில்லை

அன்பின் எல்லை
நீளும் வரைதான்
வாழ்வும் நீளுமடா

இயறும் இறையும்
ஒன்றே ஆனால்
ஆக்கலின் நிலை
யார் அறிவாரோ

●

பு.சதீஷ்வரன்

58

மையம் மறந்த
அணுவின் பிறழ்வு
உச்சமென திருத்தியும்
பிழைத்திடுமே

ஓர் அணுவின்
வியப்பே
யாவும் ஒருமையின்
படைப்பே

காலம் யுகங்கள்
கடக்க கடக்க
யாவும் உடனே
அலர்ந்தோம்

துகளும் தன்னை
பெருக்கும் போக்கில்
இனமென வேறான் ஜீவித்தோம்

அழலின் வழியே
சிந்தனை புலன் பெற
மானுடராக ஸ்தாபித்தோம்

கண்டதை உண்டதும்
சந்ததி விதைத்ததும்
போதிய நிலை மாறி

உண்பதை விளைப்பதும்
சந்ததி தனதென
கற்பனை எல்லையில்
சிறைப்பட்டோம்

எல்லையில் அடங்கிய
புரிதலே போதுமென
எண்ணங்கள் முடங்கிட
அலைகின்றோம்

அன்பும் அறமும்
குடியிரும் மனத்தில்
வஞ்சக குணங்கள்
போஷித்தோம்

இவ்வாறென்றே
நிம்மதி சிதைந்திட
அமைதியின் மடியில்
தியானித்தோம்

சித்த சமாதியில்
நிலைபெற
அற்புத பிறவிகள்
சிலவன்றோ

இதுவே வழியென
நாடுதல் எண்ணி
சன்னதி சிவமென
கிடக்கிறோம்

புரிதலும் பொருளும்
மாற்றம் கொள்ளவே
இறையோன் உருவம்
கண்டறிந்தோம்

மையம் மறந்த
யாதொரு பொருளும்
விளக்கும் அர்த்தம்
பொய்யெனவே

●

59

இயறின் உச்ச படைப்பென
தானே மானுடம்
பாட கேட்டீரோ

உலகில் பிறக்கும்
ஒவ்வொரு உயிரும்
இயறின் அற்புத
படைப்பினமே

யாதும் சமமென
சகித்து வாழ்ந்தால்
பூமியின் இருப்பு தாங்கிடுமா

சாதல் சமயம்
இயல்பென கொண்டால்
வேட்கையின் வேட்டை
பலி ஆகுமா

பச்சினம் யாவும்
தனதென கொண்டால்
மீதம் உயிரினம்
ஜனித்திடுமா

உன்னில் பெருமம்
உதகம் ஏற
வானம் பார்த்து
வேண்டுகிறோம்

பசியில் வாடும் யாதொரு உயிரும்
பானல் மடியிடம்
மடிந்திடுமோ

புதுமை கண்ட
யாதொரு உயிரும்
ஒரு நாள் பழக
பழயெனவே

இரவின் மடியில்
பிறக்கும் விடியல்
என்றும் புதுமை
காட்டிடுமே

நன்மை தீமை
புதியது பழையது
நியாயம் தர்மம்
யாவும் நிலையென
அமைந்திடுமோ

கண்டது தெளிவென
நிகழ்தல் இயல்பென
நொடியும் புதுவென
புரிதல் கொண்டால்

வாழ்வின் எல்லை
முடிவிலியே

●

60

ஆதிபத்திய மரண விடியலும்
இதுவென திரை
தந்ததில்லை
கோடி பிறவி கொண்ட போதும்
பொருள் விளங்கும்படி
அமைந்ததில்லை

வாழும் யாம்
குரலும் இங்கே
சரிதம் இடுமோ

மாண்டவரின் கதறல்
இடையே
வரிகள் இடுமோ

நரிகளின் மத்தியில்
உலவும்
நடைபிணம் கோடிகளா

யாசகனின்
கடைசி பிச்சை
உறங்கியதும் ஞானிகளா

நிரம்பியவன் சிந்தும்
உபரி
சேரும் இடம் தானங்களா

தாகம் கிழிக்கும்
துளியை கொண்டு
காட்டை வளர்ப்போர் தேவதையா

சொல்வோர் குரலும்
உரக்கச்சொன்னால்
கேட்பவர் மூடர்களா

ஊமை மொழியில்
புரட்சி பொறிக்கும்
யாதும் புத்தர்களா

விடியல் பார்த்து
இரவில் உறங்கும்
பறவைகள் மத்தியிலே

விழி பார்த்த எதிலும்
விடியல் கண்டு
சீறும் கழுகும் உண்டு

தன்னை மறந்து
பொருளை தொடர்ந்து
படைப்பான் யாரோ
கூவும் குரலும்

கல்லை நட்டு
சிலையாய் வெட்டி
இறையோன் இதுவென மடிகிறது

வழியை தொலைத்து
திரிபவரோ
இதுவே வழியென
உரைக்கும் போதகரோ

எண்ணற்ற வழியோ
கணக்கில் அடங்கா திருப்பமோ

வந்ததன் முன்னும்
போனதன் பின்னும்
அறியா திரியும்
அணுவினமே

●

61

நான் எனும் புள்ளியின்
முத்திரை அழிய
சாதல் சமயம் வரையிலும்
எதிர்பார்த்திருப்பாயோ

நான் என சொல்லும்
பெயரும் பணியும்
உடலும் உறவும்
உனதென துணையாய் தொடராது

ஆசைகள் எல்லாம்
கனவிடம் சேர
கனவுகள் நுரையாய்
சிதறிடுதே

உன் பொருள் தீட்டா
பொழுதினிலும்
சந்ததி கனவுகள்
குறுக்கிடுதே

அன்பில் ஏற்றிடும்
சுவர்கள் எல்லாம்
கல்லும் மண்ணும்
ஆனதே

அளவை மிஞ்சிய
பொருளின் வேட்டை
வீண் என ஏற்பதில்லையே

பு.சதீஷ்வரன்

உறவின் பிரிவில் கண்ட
தனிமை சுகம் மறந்து
நினைவின் நிழலில் அழுதிட
கரைந்ததே

தோள் கொடுக்க மறந்த
கரங்களும்
கூப்பி அழுதிட
காரணம் தேடுதே

கணம் கடந்த நொடியில்
மரணம் மறந்து
உடல் மடிந்த போக்கில்
அழுதிடுதே
●

62

உன்னால் உன்னிடம்
உனை சார்ந்தும் சுற்றியும்
இயங்கும் அகிலமும்
உனையே கருவாய்
கொண்டிடுமே

உயர்திரு மானுட பிறவியின்
வெற்றிடம் நிரம்புமா

யாவும் நிதர்சனமோ
அல்ல
யாதொரு கற்பனை
உருநிழலோ

பொருளுக்குள் அடக்கியும்
பொருளற்ற தேடலை
துரத்துதே

வழித்துணை யாதும்
ஒருமையே
செல்லும் புகுமிடமும்
ஒருமையே

கேள்விகள் அன்றி
நாடும் உயிரே
உண்மை தெளிய கண்டிடுமோ

அகிலம் துணையாள் மறந்து
உற்றார் விலகிய உலகம்
மாத்திரம் என்றே
பித்தேறி போவார்

உலகில் உலாவிய
உயிர்கள் யாவும்
அர்த்தம் விலாவி
போனது உண்டா

கனவாய் வாழ்ந்த நொடிகளில்
பெருமம்
நிகழ்வில் பொய்மை
ஆகுதடா

நிதர்சனம் மறந்து
வாழும் மானுடர்
உண்மையில் கனவில்
திளைப்பாரா

விழி மூடிய திரையும்
விழித்த திரையும்
உன்னில் இருந்தே
புலப்படுமே

மெய்யும் பொய்யும்
நிகழ்வும் நிழலும்
கனவும் கற்பனையும்
யாதும் ஒருமையில்
அடங்கிடுமே

உன்னால் உன்னிடம்
உனை சார்ந்தும் சுற்றியும்
இயங்கும் அகிலமும்
உனையே
கருவாய் கொண்டிடுமே

●

63

அணு நுனியில் விளைந்த
அதிசயமே
என் மந்திரம் உரைத்தால்
புரிந்திடுமோ

துளியில் விளைந்த
அதிசயமே
இயற் மறவாதிருந்தால் போதுமடா

மண்ணால் மலர்ந்த காரணம்
அதனால்
மண்மடி உறக்கம் வலித்திடுமோ

இயறின் உச்ச
படைப்பினம் ஆயினும்
அதன் படைப்புகள் யாவும்
உனக்கென அமையாது

உலகம் புகட்டும் பாடம் எல்லாம்
உனக்கென படைத்தது
ஆகாது

ஆழியில் அள்ளிய
கோப்பையின் அளவு
உனை என்றும் நிரப்ப செய்யாது

ஆழம் உயரம் எதுவாய் ஆயினும்
தேடல் என்றும் நிறையாது

உறவுகள் மாத்திரம்
கொள்ளும் என்றே
அற்பபிறவி ஆகாதே

கிளைகளை முறித்த
நடுமரமாகி
கனிகள் விதைக்கா போகாதே

வானம் பறக்க சிறகுகள் இருக்க
சிதைந்த கூட்டிலடையாதே

கையில் எட்டும்
இறவைகள் எல்லாம்
உன் உயரம் தாண்டி ஏற்றாதே

தன்னை விளைத்த மண்ணை
மறந்த விருட்சம்
என்றும் வான் எட்ட
வளராதே

வானம் எட்டிய உச்சிக்கிளையும்
ஒரு நாள் மண்ணின் உரமாகும்

நுண்ணறிவு ஏற்றும்
புலமை எல்லாம்
மூதறிவாகும் பொறுத்திரு

இதுவே வாழ்க்கை என்று சொல்ல
தத்துவம் நிலையாய் அமையாது

அனுபவம் காட்டும் வழியில் பயணி
உனக்கென சரிதம் இருக்குமடா

●

64

இவண் தத்துவம் இதுவென
கோடிகள் உரைத்தாலும்
முத்தி உறக்கம் மாறாது

இன்மையில் வந்தாலும்
வெறுங்கையில் போனாலும்
இடையினில் அங்கங்கே
கலவரமா

பெற்றவர் மாண்டாலும்
உற்றவர் தேய்ந்தாலும்
உன் கண்ணீர் பகிர்ந்திட
காலம் உறையுமா

உலகில் வாழும்
உயிர்கள் யாவும்
உனை மட்டுமே
சுற்றித்திரியாது

நம்மோடு இயங்கும்
உயிர்களுடனே
பகைமை கற்று
களிக்கின்றோம்

நகரா வேர்களும்
நகரும் கால்களும்
பகிரும் உயிர்தனில்
பிழை இல்லை

கடந்த காற்றும்
நிகழும் நிகழ்வும்
வேரை அறுத்தால்
துர்க்குறி இல்லை

ஆறில் மடிந்ததும்
நூறில் சரிந்ததும்
கண்ட அனுபவம்
பிழையாது

ஒவ்வொரு நொடியும்
ஜனிக்கும் மனிதரின்
காலம் குறையென
ஆகாது

இதுவே வாழ்க்கை என்ற
தத்துவம் கோடி
யாவும் உறங்கும்
மெத்தை மாறாது
●

65

வெறும் பிணம் தொட்ட சூத்திரம்
மாத்திரம் என்றே
யாத்திரை கொண்டால்
சுவைத்திடுமோ

வேண்டி வரமாய்
விழுந்தவர் ஆயினும்
குப்பையின் கூட்டிலே
கிடந்தவர் ஆயினும்

பார்க்கும் புவனம்
புதியனவே

கடலின் துளியாகவே
விதியின்
அலை கொண்டு போக

எரிக்கும் வலி
தாங்கிய துளிகள்
வான் ஏற தானோ

பாரம் சுமை அல்லவே
தலையில் ஏறாது
வேர் ஆவதேனோ

சிதைக்க எது வந்தாலும்
வேர் ஆன அனுபவமே
நிலைக்கபெரும் உண்மையே

உறவுகள் துணையென
இடையிடையே கோர்த்தாலும்
என்றும் துணையாள்
இயறே மறவாதே

உன்னோடு
உனக்காக
உன்னால் ஆடிய
கால்கள் யாவும்
சில காலம் என்பது
பொய்த்திடுமோ

விதியென வாழ்பவர்
இருக்கையிலே
யாதும் சிவமென போவோர்
இருக்கையிலே
தாமே சிவமென சொல்பவர்
இருக்கையிலே

வெறும் உடல் என்ற
பிணம் கொண்ட பிடியில்
உயிர் தொட்டு
அதன் சூத்திரம்
சுவைக்கா வேட்டை அன்றோ

●

66

பிறவிகள் பிரித்துயிர்
சுகம்கொண்ட அனுபவம்
உள்ளார்ந்து உணராத்
தெளியுறுமோ

யாதும் ஒரு
தொடர்கதையா
பிரித்து உயிர் சுகம் கண்ட
வினை பொருளா

வகை பலவோ
கொண்ட இனம் பலவோ
பிறவிகள் பல துணை
கொண்டதுவோ

இயக்கத்தின் இடையிலே
ஜனனமும் மரணமும்
இடறுதே

ஆதியும் அந்தமும்
பிரித்துண்ணும் மானுடம்
பிசகுதே

யார் ஏன் அறியான்
துரத்தும் பொருள்
என்றும் விளங்குமா

இக்கணம் வாழும்
நிஜம் அன்றி
சத்திய சமநிலை
இருக்குமோ

இன்மையின் அருள் பெற
இம்மையில் விதி கொண்டு
போவதா

உயிர் அது
பூச்சுடல்
உளம் கண்ட
சூத்திரம் அறியுமோ

இவ்வித்தையின்
பொருள் பெற
சிந்தையின் கரு சென்று
சித்தி நல் அறிந்திட
தெளியுறுமோ

●

மெய்யும் பொய்யும் பின்னம் இழக்க

67

அனுபவம் நிலையிடும்
சித்த சமாதியில்
மெய்யும் பொய்யும்
ஒன்றாய் இயங்க

மெய்மை தீட்டும்
வேதங்களை
வாழ்க்கை ஏற்க
மறுத்திடுமோ

கண்கள் திரையிடும்
உண்மைகளை
வார்த்தைகள் பேச
மறுத்திடுமோ

வார்த்தைகள் ஓதிய
சத்தியமெல்லாம்
நிகழ்வுகள் சீராய்
நடத்திடுமோ

நிகழ்வுகள் நடத்திய
நாடகமெல்லாம்
மனதின் புலமையில்
அடங்கிடுமோ

ஏற்றும் ஏற்கா
நிகழ்வுகள் எல்லாம்
அனுபவ நூலில்
சேர்ந்திடுமோ

அனுபவ நூலை
திருத்தியமைக்க
நேரம் உறைய
மறுத்திடுமோ

உறையா நேரம்
போகும் வழியில்
புதிய பக்கங்களை
இணைத்திடுமோ

பொதுவில் பழகா
நூல்கள் எல்லாம்
எந்த நூலகம்
ஏறிடுமோ

காகித மையும் உன்னுடன் இருக்க
வார்த்தைகள்
கோணல் ஆகிடுமோ

தெளிவாய் செதுக்கும்
வார்த்தைகளெல்லாம்
அர்த்தம்
குழப்பிக் காட்டிடுமோ

அர்த்தமெல்லாம் விளங்கும்போது
அனுபவம்
சித்தம் சேர்ந்திடுமோ

அனுபவம் நிலையிடும்
சித்தம் அதுவே
புகுமிடம் பிறப்பிடம்
புதிர்களே

●

பு.சதீஷ்வரன்

68

இடைக்காலத்தில் ஆடும்
இப்பகடையின் புள்ளிகள்
விளங்காதிருக்க
இம்மையின் பொருள் மட்டும்
தெளிவுற விளங்குமா

எதைக் கொண்டு பிறந்தோம்
எதைக் கொண்டு வளர்ந்தோம்
அணுவின் நுண்ணே
முகவரி படைத்தோம்

அகிலம் காட்டிய
முடிவில்லா தளத்தில்
மாயை நேரம் காலமென
வகுத்தோம்

செடியும் புழுவும்
உச்சமென வசிக்க
மானுடப் பையை
எதைக் கொண்டு நிரப்ப

அணுவில் பிறந்து
அணுவில் முடியும்
அனுபவம் ருசிக்கும் மானிடனே

கற்பனைக்கு எட்டா
திசையும் திரையும்
உறங்கா கண்களில்
கனவாய் காண்போம்

வேற்றுமை துறந்து
பொழியும் மழையாய்
இனங்கள் துறந்து
மனிதம் கொள்வோம்

கனங்கள் மறந்து
சுமக்கும் நிலமாய்
உயிர்கள் அனைத்தின்
அன்பை சுமப்போம்

ஒற்றைக் கருவின் அற்புத பிறப்பில்
உணர்வுகள் எத்தனை
சொல்வோர் உண்டோ

கோடிகள் என்று கணக்கிலிட்டால்
அன்பே மகுடம் சூடச்செய்வோம்

யாவும் அடங்கும்
ஒருமை பண்பில்
துகள்களாக அதிர செய்வோம்

இவ்வியக்கம் விளக்கிக்காட்ட
கற்பனை சித்திரம்
கண்டவர் உண்டோ

முற்றும் துறந்த வேள்விகளாகி
அறிந்தோர் சொல்லி
கேட்டதும் உண்டோ

●

பு.சதீஷ்வரன்

69

கண்டதை மெய்யிலும்
காணா புதிரை பொய்யிலும்
அடக்கிய
புரிதல் விளங்கிடுமா

காட்சிகள்
எல்லை துறப்பினும்
விழிகள் சிறையிடுதே

விழி மறுத்த
திரைகள் யாவும்
போலியின் பெட்டகமா

இரையும் ருசியென
மறுவுரு கொண்டு
பட்டினி மடியை
அறியார் இருக்கையில்

பட்டினியின்
உணவுதட்டில்
சுவையோ இறந்திடுதே

ஏட்டில் அடங்கா
காதல் ஓவியம்
தீட்டிய ஜதைகள்
எத்தனையோ

சேர்ந்தே எல்லை நோக்கிய
துணையாள் பயணம்
முடிவில் எதிர்மறை
புள்ளிகளோ

மனம் ஏற்ற
மெய்யியல் வரிகளை
புரியா மண்ணோர்
மூடர்களா

இதுவரை சுமந்த
தத்துவ சாஸ்திரம்
பொய்யென சொல்வோர்
மடையர்களா

கண்டதை மெய்யிலும்
காண்பதை வினாவிலும்
காணா புதிரை பொய்யிலும்
அடக்கிய புரிதல்
விளங்கிடுமா

காணாத பொருளின் மடியில்
கண்டதும் விந்தை பொறிக்க
காண்பதில் சிந்தை பிறக்க

உயிர்கொண்ட இப்பிறவியின்
பொருள் தேடா
பொருளாக வாழ்ந்திடுவோமே

●

70

இது இதுவென
ஞானம் கொண்டு
இது இதுவாகையில்
தெளியக் காண்பாயோ

உன் பெயர்
உன்னைச் சொல்லுமா
வெறும் வார்த்தைக் கூவலில்
என்னவோ

நிலம் எல்லை பிரிப்போர் இடையில்
ஜீவப்பிராணியாய் வாழலாம்

யாரோ எழுதிய
ஏட்டில் அடங்கிய
அறிவியல் மாத்திரம் போதுமா

மேகம் கண்களை
மறைக்கும் பொழுதில்
அகிலம் மறையச் செய்யாது

முடிச்சுகள் ஆயிரம்
அவிழ்த்தெறிந்தாலும்
உயிர்கள் வருகை சொல்லுமோ

காலம் கடந்த
தடங்கள் அறியினும்
காரணம் விளக்கிச் சொல்வாரோ

மண்ணடி சேரும்
மானுடப் பையை
இம்மண்ணே ஊட்டி வளர்க்குதே

உடலோடு இயங்கும்
மாயை உயிரின்
ஊட்டி
யாதென அறிவோமா

ஒற்றை அணுவின்
முழுமை புரியா சாஸ்திரம்
இன்றும் தேடலில்
பிதற்றுதே

கண்டவர் சொன்னது
ஊமை மொழிகளில்
அடங்குமோ

சொன்னவர் கண்டது
குருடன் பார்வையில்
தெளியுமோ

கேள்விகளோடு ஓடும்
மனிதரின் பதில்களும்
தேடலைத் துரத்துதே

யாதொரு கேள்வியும்
கரையும் உயிர்களின்
பயணம்
மையம் சேர்ந்திடுமோ

●

பு.சதீஷ்வரன்

71

கேள்விகள் இல்லா பொருளுக்கு
விடைகள் தேடி
அலைகிறோம்

எங்கோ தொடங்கிய காலத்தில்
நேரம் புகுத்தி
திரிகின்றோம்

மரங்கள் பூச்சிகள் உதவியுடன்
மானுட தேவராகின்றோம்

ஆலயம் கற்பிக்கும்
அறிவியல் தவிர்த்து
கற்பனை சுவர்களை
ஸ்தாபித்தோம்

சித்தம் விளங்கா
அன்பை மறந்து
சித்தபிரமையில்
மலர்கின்றோம்

உறவின் உச்சம் உணர
பிரிவின் எல்லை அடைகின்றோம்
பிரியா சில உறவுகளும் இங்கே
முதன்மை மகுடம் கேட்குதே

தலைமுறை தாங்கிய
பெருமையெல்லாம்
கல்வெட்டுகளில் சுருக்கினோம்

காலம் சிந்திய உபரிகள் எல்லாம்
மரபுகள் என்று
பாடுகிறோம்

குரங்கில் இருந்து
மனிதனாகி
மிருகமாகவே
அலைகின்றோம்

அர்த்தமில்லா
பொருளை கண்டு
விடைகளாக
எழுதுகிறோம்

●

இயக்கம் ஒன்றே
நிலைத்துக் கடக்க

72

ஒரு பரம் ஒரு பரமம்
ஒரு பரமாணு ஓர் இயக்கம்
ஓர் உயிர் ஒரு பயணம்
ஒரு விடியல் நாடிய
ஒரே அந்தம்

ஒற்றைத் துளியில்
நிரப்பிக் கொண்டால்
சிதறிய துளிகள் வைரமா

ஒரு சொட்டில்
உயிர்கள் துளிரக் கண்டால்
தேவாமிர்தம் போதுமா

அவள் உதிரம் ஊட்டிய
துளியைத் தாண்டி
அதிசயம் காண முடியுமா

ஒற்றை விதையில் காடுகளாக
ஒற்றை அணுவில் உயிர்களாக
இவை பயணம் அறியக் காண்பேனோ

ஒரு முத்தம் நிறையக் கொண்டால்
என்னுயிர் ஏந்தும் தாரகை
இதழ் ஈரம் போதுமா

தொடுதல் இலக்கணம் வரைய
அணங்கு பூவை இதழாய்
ஒரு விரல் உரசல் போதுமா

பசி பாடும் உயிர்க்கு
ஒற்றைப் பருக்கை
பாடம் புகட்டுமா

பு.சதீஷ்வரன்

வறண்ட யாவும்
இறைவன் வியர்வையில்
ஒரு துளி மழையாய் பொழிய
தவமென கிடக்குமோ

ஒரு நொடியில் அடங்கும் யாவும்
ஒரு நொடிக்கு அடங்கா
காற்றைப்போல
கணம் கணம் வாழ்ந்து கடக்காதோ

ஒரு வரம் அமைந்தால்
அர்த்தம் அறிய அமைதியின் இடம்
சேர்வேனோ
அமைதியின் ஆழம் அறிய
ஒரு நொடி மரணம் போதுமா
●

73

வாழ்வின் பிறப்பிடம் கரு என்றால்
கருவின் இருப்பிடம் எதுவன்றோ

அமைதியே
மறைமுக துணையாய்
என்றும் நீ இருக்க
உன்னோடு நான் கழித்த
காலங்கள் சிலவன்றோ

மிகையாக நான் பகிர்ந்த
காலத்தில் உனை மறந்தாலும்
துயரோடு நான் சாய
தோள் கொடுக்க நீ வந்ததேன்

சுற்றம் எல்லாம் பிழை என்று
மதி மயங்கி திரிந்தாலும்
அர்த்தம் என்ற சொல்லுக்கு இணை
நீ என உணர்வதென்று

மௌனமாய் இருப்பதன்
வழி உன்னை நாடிடுமோ

சொல்லற்று கிடந்தாலும்
மனம் அதை ஏற்றிடுமோ

எனை சூழ்ந்த எல்லாம்
செயலிழந்து கிடந்தாலும்
உனை நாடும் அவ்வெண்ணமே
முதற் கல்லாய் தடுக்கிறது

இவை ருசித்த சில கணமே
பொருள் என்று திளைத்திருந்தேன்
இக்கானலைத் தகர்த்தெறிய
தெளிவுரை தருவாயோ

பு.சதீஷ்வரன்

என் துகளே

எனை நாடி வருவதன்
பொருள் என்ன கண்டாயோ

உள் மறந்து வெளி காணும்
கணம்
எனை தவிர்த்தாயோ

மழலையாக எண்ணி
நான் விதைத்த மணிகள் என்ன

நீர்குட துயிலிலும்
உனை மெல்ல வருடிருப்பேன்

மண் தொட்ட காலம் முதல்
உன்னோடு நான் இருந்த கணங்கள்
என்ன

சுவாசிக்கும் மூச்சு தனில்
நாசி வழி அமர்ந்திருப்பேன்

கனவில்லா உறக்கத்திலும்
தலை மெல்ல வருடிருப்பேன்

இலை உதிரும் அந்நேரம்
அதை ரசிக்க மறந்தாயே
உயிரற்ற இலையிலும்
என்பொருள் காண்பாயோ

உனை சூழ்ந்த எல்லாமும்
என் பொருள் வாய்க்குமோ

வெளியில் என் இருப்பு
ஒரு துகள் ஈடடா

உள் புகுந்து பார்த்திட்டால்
உன் அனைத்தும் நானடா

உயிர் அதனின் கருவென்று
எனை நீயும் யூகித்தால்
உயிர் துறந்த காலம் முதல்
பிண்டம் அது தனித்திடுமோ

உடல் அது துயில் உறங்க
நிலவுலகம் பாத்தியிட்டால்
உயிர் அதுவோ கரு சேர
வாய்த்திடுமோ

எனை உணரும் தருணமே
அண்டமும் பொய்யடா
மெய் துறந்த பிண்டமும்
மண்ணிற்கு உரமடா

74

இந்நாள் வரை தொடர்ந்த
இம்மையின் பயணம்
இம்மரணப்படுக்கையில்
ஓய்ந்திடுமோ

ஒரு முறை
விடியல் பார்த்திட
ஒரு நொடி எழுந்தால்
போதுமடா

ஒரு முறை
அன்னை தழுவ
தடுமாறும் குருநடை
முடியுமா

முற்றும் கூர்ந்த
என்னை நிமிர்த்திட
எந்தையின் மந்திரம்
ஒரு சொல் ஒலிக்குமா

எந்தன் தலைமுறை
தாங்கிய இறைவியின்
புன்னகை பார்வை
கடக்குமா

மறைமுக எதிரொலியாய்
என்றும் கோர்த்த
நட்பின் சாரல்
ஒரு துளியென
தெளிக்கச் செய்யாதோ

இதுவரை தவிர்த்த
அழகிய தருணங்கள்
கனவென ஒரு முறை
காண்பேனோ

என்னால் கலங்கிய
கண்களும் உறைய
இந்த மரணப்படுக்கை
முடிவுரையா

நிஜமென வாழ்ந்த
வாழ்க்கை பயணம்
நினைவென இந்நொடி
சேருதடா

எனை இயக்கிய
இயறின் யாதொரு படைப்பும்
வந்தனம்
என்றடி சேர்வேனோ

நான் உறங்கும்
இறுதி உறக்கம்
கனவின் உருநிழலென
விழிப்பேனோ

●

75

முடிவென திறந்த
மரண வாசலில்
புதியதொரு விடியலில்
வசித்திடுவோமே

கருவறை பிரிந்த
மரண வாசலில்
உலகம் பார்க்க பிறக்கிறோம்

அமைதியின் மடியில்
ஜனிக்கும் ஓசை
இசையென பிரித்து
ருசிக்கின்றோம்

இருளின் மடியில்
பொறிக்கும் கதிரென
ஒளியில் உயிராய்
வளர்கிறோம்

விடியலும் அந்தியும்
ஒன்றோடொன்றாய்
மரணத்தில்
பிறவிகள் கண்டிடுமோ

முடிவென அறிந்த
நிகழ்வுகள் யாவும்
நிதர்சனம் பொய்த்து
காட்டிடுமோ

புறத்தில் பாஷை
நிசப்தம் ஆனதும்
அகமென குரல்கள்
ஒலித்திடுமோ

யாவும் அடங்கும்
ஒருமை நிலையும்
அகவை மொழியில்
சேர்ந்திடுமோ

அகவை மொழிகள்
சாதல் கொண்டால்
மெய்மறதியில்
சித்தம் சேர்ந்திடுமோ

●

76

மண்ணின் பிறழ்வு
மண்ணிடம் மடிந்திட
விண் ஏறிய புத்தியின்
வினைகள் விரயமாகிட
மண் தின்னும் பிள்ளை
மகிழ்விடுவாயே

மண் தின்னும் பிள்ளை
என் காவியம் என்னுடன்
புதைந்திடுமோ

என்னுடன் எல்லாம்
உருவே மாறும்
நான் யார் என்பதை அறிவேனோ

உடலும் உலகும்
உறவாய் போனால்
மீதம் எதன் மடி சேர்ந்திடுமோ

விழிகள் பதித்த காட்சிகள் எல்லாம்
விண்மீன் கணக்கில் அடங்கிடுமோ

காதல் பொறித்த
பெண்ணுயிர் எல்லாம்
மாயை சுடராய் மாறிடுமோ

சித்தம் பதித்த புலமை எல்லாம்
இறுதி சடங்குடன் மாய்த்திடுமோ

சொந்தமென கொண்ட
படைப்புகள் எல்லாம்
நம் விடுமுறை தேதி பார்த்திடுமோ

நேரம் காலம் யாவும் துறந்தால்
சாகாவரமென வாழ்வோமா

பாசம் நேசம் அன்பை மறந்தால்
புழுவுடன் சமநிலை அடைவோமா

உயிரென விளைந்த
சித்தரும் இங்கே
மரணப்படுக்கை தவிர்ப்பாரோ

முன்னுரை விளக்கிய தெளிவுரை
என்றும் முடிவுரை சுமந்தே
பாடிடுமே

ஜனனமும் மரணமும்
ஒன்றென புரிந்தால்
என்றும் சிவநிலை
நிலைத்திடுமே

தூசில் துகளாய் போய்விடுமோ

77

மழையை வியந்த
வாலியின் பிரதியாய்
யான்
துகளே உன்னுடன்
உயைடல்

உன்னால்
உந்தன் அணுவாய்
உன்னோடு உன்னில் முடியும்
உன் துகளின் வியப்பே

உம் ஒவ்வொரு பொறியும்
சித்தம் எரிக்கும்
புகையில் தெளிய செய்வாயா

மேகம் வடிவில் கதையாய்
சிவம் என
வானம் பார்க்க சொல்வாயோ

சுவாசம் விரிக்க காடென
விதையில் விளைந்த விருட்சம்
வேர் அறுக்க
அழுகுரல் வடிக்குமோ

மடியில் போசனம் படைத்து
உயிர்கள் வளர்த்தாய்
உன் நேயம் வரம்பு
முடிவிலி

நீ தொகுக்கும் சமநிலை
புத்திக்கு ஏற சீர்கேடோ
முகடு நீயென்று அறியாமல்
உன்மேல் பகடை ஆட்டமோ

பு.சதீஷ்வரன்

பிறப்பு ஒன்றை படைத்து
பற்றாத பயணம் புகுத்தி
உனை கிள்ளி ஊட்ட செய்தாய்

உம் ஆதி அறிய
எங்கே தொடங்கி
எவ்வழி விளங்கி
எவ்விடம் தெளிய
மறுபிறவி கொள்வேனோ

*

என்னுள் பிறந்த
நீ என்றும் என் பகுதியே

உனை அறிய காணும் வரமே
எனை புரியும் கணமே

ஆதி அந்தம் யாவும் உன்னிடமே
சுவாசிக்கும் மூச்சுதனில்
ஜனனமும் மரணமும்
தொடராதோ

மூச்சு ஒவ்வொன்றும்
இறுதி மூச்சு என
வார்த்தைகள் ஒவ்வொன்றும்
மரணப்படுக்கையின் வார்த்தைகள் என
தருணம் ஒவ்வொன்றும்
இந்நொடியே மரணிக்கும் என
ஒவ்வொரு நொடியின் மரணத்திலும்
இன்பம் காண்

•

78

ஒரு கணமோ ஒரு யுகமோ
நின்று உன்னை ரசித்தால்
கோடி யுகமும் ஒரு கணத்தின் துகளே

உடலோ உயிரோ எத்திசையில் என் சாயல்
உடல் என்ற பாண்டமோ
உன் அகம் புறம் கண்டு திகைத்தேன்
உன் கரு கலந்த உயிரோ
உன் அணுக்கம் மட்டும் உணர்வேனோ

உடலாக கணித்தால்
என்னுள் கலக்கும் கணம்தான்
என் பிறப்போ மறுபிறப்போ

நீயாக வாய்த்திட்டால்
அண்டமும் நீ என்று வியப்பேனோ

நீ என்று பாராமல்
நாம் என்பதுதான் பிறப்பிடமோ
இல்லை இவை அனைத்தும்
அற்பகால பிண்டத்தின்
பொருளற்றக் கற்பனையோ

பு.சதீஷ்வரன்

வெளிவந்த சில காலம்
யூகங்களின்றி உன்னை ரசித்தேன்

தெளிந்தெண்ணி தெளியாமல்
கற்பனைகளில் திளைத்தேன்

அரை பருவம் கடந்தும்
உனை நாடும் பிறவியாய்
உனை பிரித்துப் பாராமல்
உன்னோடு உனைத் தேடி

கிழபருவம் ருசித்தும்
உன் சுவைக்கு ஏக்கமோ

உனை அறியா எப்பருவமும்
கையில் அடங்கிய நீர்க்குமிழியோ

உயர் மரணம் எனும் வாசலில்
உனைத் தொடர காத்திருப்பேன்

என்றும் அன்புடன் உயிரைத் தேடி
●

79

உயிர் ஏந்திய பிண்டமோ
உடல் அணைத்த உயிரோ
இவை இரண்டும்
வெவ்வேறு பரிமாணம் என்றறியுமோ

இவை அனைத்தின் கருவும் ஒன்றுதான்
அக்கருவை சுமந்ததும் கருவாம்
முதலென்ன முடிவென்ன
இவற்றின் எல்லைகள் ஏதறியும்

உயிரின் ஓட்டமோ
பிண்டத்தின் தொடரோட்டமோ
இவை அனைத்தும் அண்டத்தின் இயல்புகளே

இவை அனைத்தையும் புறம் தள்ளி
மனதின் மேற்கூரையை மெருகேற்றி
சித்த மனதை மறந்தாயோ

ஒரு கணம் சுற்றமும் மறப்பாய்
உன்னுள் உன் உயிர் கலப்பாய்
மனதின் கருவோ
உயிரின் பிறப்பிடமோ
அவ்வெற்றிடத்தில் சிம்மாசனம் அமைப்பாய்

உனை நீ ஆள வாய்த்திட்டால்
அண்டமும் இந்த பிண்டத்தின்
காலடியில்

●

80

தூசில் துகளாய்
போய்விடுமோ

கருவில் உயிர்த்த
பிறவிகள் யாவும்
உலகம் பார்த்திட
பொருள் என்னவோ

தூவிய விதைகள்
யாவும் தனதென
விருட்சம் உரிமை
கொள்ளாது

சமமென யாவரும்
நினைத்திருந்தால்
இயக்கம் அவ்வழி
நிகழாது

விழிகள் மெய்யென
திரையிடும் எதுவும்
அதுவே நிலையென
திகழாது

இதுவும் எதுவும்
யானும் உறவும்
உடலும் உலகும்
யாவும் பொய்த்த
உண்மையும் பொய்யென
தூசில் துகளாய்
போய்விடுமோ